നിറമില്ലാത്ത നിലാവ്

AF756548

ജിജു കരുണാകരൻ

Made with ♥ on the Notion Press Platform
www.notionpress.com

പ്രിയപ്പെട്ടവരേ,

അക്ഷരങ്ങളും അക്കങ്ങളും ചേർത്ത് വയ്ക്കാൻ എന്നെ ആദ്യം പഠിപ്പിച്ച എന്റെ അമ്മ. ജീവിതത്തിൽ ഇല്ലായ്മകളുടെ കാലഘട്ടത്തിൽ എനിക്ക് നേരെ സഹായഹസ്തം നീട്ടിയ എന്റെ പ്രിയ ഗുരുനാഥൻ ഹരിദാസൻ മാസ്റ്റർ. പിന്നെ എന്റെ മറ്റു പ്രിയ ഗുരുക്കന്മ്മാർ. എന്നെ എഴുതാൻ പ്രേരിപ്പിച്ച ഒരുപാട് പുസ്തകങ്ങൾ മലയാളത്തിനു സമ്മാനിച്ച ആദ്യകാല മലയാള എഴുത്തുകാർ. കേവലം ഒരു നന്ദിയിൽ ഒതുക്കാവുന്നതല്ല എന്നിലെ സ്നേഹവും കടപ്പാടും .സർവ്വോപരി എഴുതുവാനുള്ള പ്രചോദനവും പ്രോത്സാഹനവും തന്ന് ഈ പുസ്തകം എഡിറ്റ് ചെയ്തു ഇതിന്റെ കവർ ഡിസൈൻ ചെയ്തു തന്ന എന്റെ പ്രിയ കൂട്ടുകാരൻ രജിത്ത് കുറ്റിപ്പൊയിലിനും ഒരായിരം നന്ദി.

ഒരുപാട് തെറ്റുകുറ്റങ്ങളും പോരായ്മകളും ഉണ്ട്. സദയം ക്ഷമിച്ചു പോരായ്മകൾ ചൂണ്ടി കാണിക്കുക.പ്രോത്സാഹിപ്പിക്കുക

Send your feedback- jijukarun21@gmail.com

ജിജു കരുണാകരൻ

ഈസ്റ്റ് പള്ളൂർ

ഉള്ളടക്കം

ആമുഖം

അച്ഛന്റെ ആകസ്മിക മരണം മൂലം കുടുംബഭാരം ഏറ്റെടുക്കേണ്ടി വന്ന പ്രസാദ് എന്ന ചെറുപ്പക്കാരൻ ജോലി തേടി വയനാട്ടിലെ തേയിലത്തോട്ടത്തിൽ എത്തുകയും നാട്ടിൽ തന്റെ കാമുകിയായ ആമിയുടെ വിവാഹം അവളുടെ അച്ഛൻ രഹസ്യമായി തീരുമാനിക്കുകയും തുടർന്ന് നടക്കുന്ന സംഭവവികാസങ്ങളും ഒടുവിൽ തേയിലത്തോട്ടത്തിൽ വാച്ചർ കൃഷ്ണന്റെ മകൾ രജനി കൊല്ലപ്പെടുന്നു. അവളുടെ ഘാതകനെത്തേടി ഡി വൈ എസ് പി ഭദ്രൻ വരുന്നു. അയാൾക്ക് ഈ കേസ് തെളിയിക്കാൻ പറ്റുമോ... നിറമില്ലാത്ത നിലാവ് എന്ന നോവലിലൂടെ പ്രതിപാദിച്ചിരിക്കുന്നത് ഈ സംഭവവികാസങ്ങളാണ്.

മുഖവുര

ഇന്റർനെറ്റും സോഷ്യൽ മീഡിയകളും സജീവമാകുന്നതിന് മുൻപുള്ള ഒരു കാലഘട്ടത്തിലാണ് ഈ കഥയെന്ന് പ്രത്യേകം ഓർക്കുക.ഇന്ന് ലോകത്തിന്റെ ഏതു കോണിലേക്കും സെക്കന്റ്കൾ കൊണ്ട് വാട്സ്സാപ്പിൽ വീഡിയോ കോളിലൂടെ മനസ്സ് കൈമാറുന്ന കമിതാകളുള്ള ഈ കാലഘട്ടത്തിന്റെ കഥയല്ലിത് .ട്രങ്ക് കോളുകൾ ബുക്ക് ചെയ്തു മണിക്കൂറുകൾ കാത്ത് നിന്ന് ഒന്നോ രണ്ടോ വാക്കുകൾ മാത്രം സംസാരിച്ചിരുന്ന ഒരു കാലഘട്ടം, പഴയ തലമുറയ്ക്ക് ഉണ്ടായിരുന്നു. ഇതിലെ ഗ്രാമീണഭംഗി തുളുമ്പുന്ന കഥാപാത്രങ്ങൾ തീർച്ചയായും നിങ്ങൾക്കിഷ്ട്ടമാവും..എന്ന് കരുതുന്നു.അറിയാതെ വർഷയും രജനിയും നിങ്ങളിൽ ഒരു നൊമ്പരമാകുന്നുവെങ്കിൽ ഞാൻ ധന്യനായി.അതിലുപരി വലിയ അവകാശവാദങ്ങളൊന്നും തന്നെയില്ല.

About The Author

ജിജു കരുണാകരൻ .വി .എം . 1983 ഡി സം ബർ 15 മാഹി യി ലെ പള്ളൂരിൽ ജനനം. അമ്മ- പദ്മിനി. അച്ഛരൻ കരുണാകരൻ.മാഹി M.G കോളേജിൽ നിന്നും ബിരുദം .മാഹിയിലെ ഈസ്റ്റ് പള്ളൂരിൽ താമസിക്കുന്നു.പ്രൈവറ്റ് കമ്പനിയിൽ ഇലക്ട്രിക്കൽ സൂപ്പർ വൈസറായി ജോലി ചെയ്യുന്നു.

ജിജു കരുണാകരൻ

1

ഒന്ന്

അസ്തമയ സൂര്യന്റെ വർണ്ണരാജിയിൽ ചുവപ്പണിഞ്ഞിരിയ്ക്കുന്ന സായന്തനം. വഴിയിൽ നിറയെ ആളുകൾ,ധൃതിയിൽ നടന്നകലുന്നു.അതിൽ ആണും പെണ്ണുമായി ഒരുപാട് പേരുണ്ട്. സമീപത്തെ ഓട്ടുകമ്പനിയിലെയും ബീഡിക്കമ്പനിയിലെയും തൊഴിലാളികൾ ജോലി കഴിഞ്ഞു വീട്ടിലേക്ക് മടങ്ങുകയാണ്. ചിലരുടെ കൈകളിൽ വീട്ടിലേയ്ക്കുള്ള അരി സാമാനങ്ങൾ നിറച്ച സഞ്ചിയും മറ്റു ചിലരുടെ കൈകളിൽ ഒഴിഞ്ഞ ചോറ്റു പാത്രങ്ങളും കാണാം .അകലെയുള്ള അമ്പലത്തിലെ ഉച്ചഭാക്ഷിണിയിലൂടെ ഒരു ഭക്തിഗാനം നിർബ്ബാധം ഒഴുകുന്നു.

തൊട്ടടുത്ത പബ്ലിക് ലൈബ്രറിയിൽ നിന്നും സുമുഖനും സാമാന്യം വലിപ്പമുള്ള തലമുടിയും മുഖത്ത് കുറ്റിരോമങ്ങളും അല്പം കട്ടിയുള്ള മീശയും ചുണ്ടിൽ സദാ പുഞ്ചിരിയുമായ് ഒരു ചെറുപ്പക്കാരൻ പടികൾ ഇറങ്ങി ആളുകൾക്കിടയിലൂടെ നടന്നു, പരിചയമുള്ള മുഖങ്ങൾ അവനെ നോക്കി ചിരിച്ചു. വെള്ളമുണ്ടും ഫുൾ സ്ലീവ് ഷർട്ടുമാണ് വേഷം.ഷർട്ടിന്റെ കൈകൾ തെറുത്ത് കൈമുട്ടിനു താഴെ വച്ചിരിക്കുന്നു. അവൻ റോഡിൽ നിന്നും വയൽ വരമ്പിലേക്ക് ഇറങ്ങി.

നോക്കെത്താ ദൂരത്തോളം വിളഞ്ഞു നിൽക്കുന്ന സ്വർണ്ണവർണ്ണശബളമായ നെൽപ്പാടം. പാടവരമ്പിനരികെ കെട്ടിക്കിടക്കുന്ന ചെളി വെള്ളത്തിൽ സ്വാച്ഛരന്ദ്യം വിഹരിക്കുന്ന കാക്കക്കൂട്ടം.ചില കണ്ടങ്ങളിൽ പണിക്കാർ പണി മതിയാക്കിയിരുന്നില്ല. അവർ അവരുടെ ജോലിയിൽ മുഴുകിയിരിക്കുന്നു. വീടുകളിലേക്ക് പോകാൻ തുടങ്ങുന്നതിന് മുന്നേ

വയലിൽ കെട്ടിയൊരുക്കിയ ഏറുമാടങ്ങളിൽ ചിലർ അന്നത്തെ ജോലി കഴിഞ്ഞു വിശ്രമിക്കുന്നു. വയൽവരമ്പിലൂടെ കുറച്ചു മുന്നോട്ട് നീങ്ങി ഇടത് ഭാഗത്തേക്ക് തിരിഞ്ഞു അവൻ ചെമ്മണ്ണ് നിറഞ്ഞ മറ്റൊരു പാതയിലേക്ക് കയറി , ഇനി ഇത്തിരി ദൂരം നടന്നാൽ അവളുടെ വീട്ടിനടു ത്തെത്താം. ചെമ്മൺ പാതയിലൂടെ ചായക്കടക്കാരൻ കുഞ്ഞനന്തൻ ചേട്ടൻ എതിരെ വരുന്നു,.. കൂടെ ഒരു ചോദ്യവും.

"താനെങ്ങോട്ടേയ്ക്കാണ് ഈ തൃസന്ധ്യാ നേരത്ത് "

ദേഷ്യമാണ് വന്നത് മനസ്സിൽ.. എങ്കിലും പുറത്ത് കാണിക്കാതെ ചുണ്ടിൽ ഒരു ചിരിവരുത്തി "കടവത്ത് വരെ" എന്ന് കള്ളം പറഞ്ഞു, പെട്ടെന്നു നടന്നകലുകയും ചെയ്തു അവൻ. എന്തൊക്കെ അറിയണം, താൻ എവിടെ പോയാൽ ഇയാൾക്കെന്തുവാ കാര്യം.

ദേഷ്യം കയറി അവൻ ,അതിലൂടെ പോയ ഒരു കൊടിച്ചിപ്പട്ടിയെ ഒരു കല്ലെടുത്തെറിഞ്ഞു. തൊട്ടുതൊട്ടില്ല എന്ന കണക്കെ ആ കല്ല് അതിന്റെ തലയ്ക്കു മുകളിലൂടെ പാഞ്ഞു.ആ സാധുമൃഗം ജീവനും കൊണ്ട് ഓടി മറഞ്ഞു. അവന് അതിനോട് ദയ തോന്നി.പാവം പട്ടി അതെന്തു പിഴച്ചു .ഇത്രയ്ക്കും ദേഷ്യം തോന്നേണ്ട കാര്യം. അയാൾ വെറുതെ ചോദിച്ചതാവും. തന്റെ മനസ്സിൽ കള്ളം ഉണ്ടായിരുന്നത് കൊണ്ടാവില്ലേ അയാളുടെ ചോദ്യത്തിനോട് തനിയ്ക്ക് നീരസം തോന്നുവാനുള്ള കാരണം.

അച്ഛൻ ഞങ്ങളെ വിട്ട് പോയിട്ടു ഇന്നേയ്ക്ക് നാല്പത്തിരണ്ടു ദിവസം കഴിഞ്ഞിരിക്കുന്നു. മരണം രംഗബോധമില്ലാത്ത കോമാളിയാ ണെന്ന് താൻ എവിടെയോ വായിച്ചിട്ടുണ്ട്. അച്ഛന്റെ മരണം ഉൾക്കൊള്ളുവാൻ ഇനിയും തനിക്കും തന്റെ കുടുംബത്തിനും കഴിഞ്ഞിട്ടില്ല. തന്നെ ഒരുപാട് ഇഷ്ടമായിരുന്നു അച്ഛന്. കുടുംബത്തിന് വേണ്ടി എപ്പോഴും കഷ്ടപ്പെടുന്ന മനുഷ്യൻ. അച്ഛൻ അടങ്ങിയൊതുങ്ങി ഒരിടത്ത് ഇരിക്കുന്നത് താൻ കണ്ടിട്ടില്ല, ശയ്യാവലംബിതനാകുന്ന വരയെ്ക്കും. ഒരു ദിവസമെങ്കിലും അദ്ദേഹത്തിന് സന്തോഷം കൊടുക്കാൻ കഴിഞ്ഞില്ലല്ലോ എന്നോർക്കുമ്പോൾ അറിയാതെ മിഴികൾ ഈറനണിയുന്നു.

എത്ര ദിവസമായി തന്റെ ആമിയെ ഒന്ന് കണ്ടിട്ട്. വീടിനു മുൻവശത്തു നിന്നും ഒന്ന് കണ്ടാൽ മാത്രം മതി.അവളുടെ അച്ഛനോ അമ്മയോ പൂമുഖത്തുണ്ടെങ്കിൽ .... എന്റെ നെല്ല്യാട്ടിൽ ഭഗവതീ ആരും

പൂമുഖത്തുണ്ടാവരുതെ . തന്റെ പെണ്ണിനെ ഒരുനോക്ക് കാണുവാൻ സാധിച്ചാൽ മാത്രം മതി ....

മനോഹരമായ ഓടുമേഞ്ഞ ഇരുനില കെട്ടിടവും. അതിനോട് ഒരേക്കറിനോളം വിശാലമായ പറമ്പും ചേർന്നതാണ് ആമിയുടെ വീട്. ഒറ്റനോട്ടത്തിൽ ഒരു നാലുകെട്ടിന്റെ പ്രൌഢി ഉളവാക്കും. മുറ്റം നിറയെ പൂച്ചെടികളാൽ അലങ്കൃതമാണ്. മുറ്റം അതിരു കെട്ടി തരംതിരിച്ചിരിക്കുന്നു. മുറ്റത്തിന്റെ വലതു ഭാഗത്തായി ഒരു അടുക്കളത്തോട്ടവും ക്രമീകരിച്ചിരുന്നു. അടുക്കളത്തോട്ടം അവളുടെ അമ്മയാണ് നട്ടുവളർത്തി പരിപാലിക്കുന്നത് .ചീരയും വെണ്ടയും തക്കാളിയും പച്ചമുളകും ഒക്കെ ആയി അത്യാവശ്യം ഒരു വീട്ടിലേയ്ക്ക് വേണ്ട പച്ചക്കറികൾ അതിൽ നിന്നും ലഭിക്കുന്നുണ്ട് .തന്റെ വീട്ടിലേയ്ക്കും പച്ചക്കറികൾ കൊണ്ട് വന്ന് തരും ആമി, അവളുടെ അമ്മയറിയാതെ. പ്രീതയും അവളും നല്ല കൂട്ടാണ്. ഉദ്യാനപരിപാലനം ആമി നന്നായി ചെയ്യും.. അവൾ അതിൽ ഒരുപാട് താല്പര്യം കാണിക്കുന്നത് കാണാം. പോലീസ് സർക്കിൾ ഇൻസ്പെക്ടർ സദാശിവൻ സാറിന്റെ വീട്ടിൽ തലയെടുപ്പോടെ നിൽക്കുന്ന വെള്ളറോസ് ചെടിയുടെ കമ്പ് ഒന്ന് വാങ്ങിത്തരാൻ തന്നോട് അവൾ എത്ര കെഞ്ചിയിട്ടുണ്ട്... വെട്ടൊന്ന് മുറിരണ്ട് എന്ന പ്രകൃതക്കാരനായ അയാളെ കാണുമ്പോൾ തന്നെ പേടിയാകും കപ്പടാ മീശയൊക്കെ വച്ച് ആറടിയോളം ഉയരമുള്ള ആജാനബാഹു.ആളുകളോട് കണ്ണിൽ ചോരയില്ലാത്ത' പെരുമാറ്റവും, അത് കുറ്റവാളികളായാലും പരാതിയുമായി സ്റ്റേഷനിലേക്ക് പോകുന്ന സാധാരണക്കാരനായാലും. കുറ്റം ചെയ്തവരെ അയാൾ അരിശം തീരുന്നത് വരെ തല്ലും. ഇത്രയും ഭയങ്കരനായ സദാശിവൻ സാറിനു മീശയില്ലാതെ അവൻ ഒന്ന് സങ്കൽപ്പിച്ചു നോക്കി. അവനു ചിരി വന്നു. സദാശിവൻ സാറിനു മീശ വേണം. അല്ലാതെ ആരും വിലവച്ചു കൊടുക്കില്ല...

ഒടുവിൽ ആമി സദാശിവൻ സാറിന്റെ ഭാര്യ വനജചേച്ചിയെ പാട്ടിലാക്കി ആ വെള്ളറോസ് ചെടിയുടെ കമ്പ് സ്വന്തമാക്കി. സദാശിവൻ സാറിനെ പേടിച്ച് അയൽക്കാർ പോലും ആ വീടിന്റെ പരിസരത്ത് അടുക്കില്ല.അത്രയ്ക്ക് ഭയമാണ് ആളുകൾക്ക് അയാളെ. വനജച്ചേച്ചി അയാളെ പോലെയല്ല നേരെ വിപരീതമാണ്. ആളുകളോട്

നല്ല പെരുമാറ്റവും സ്നേഹവുമാണ്.

അവളുടെ വീടിന്റെ മതിലിനോട് ചേർന്നു ആ വെള്ള റോസ് ചെടി ഇന്നും തലയെടുപ്പോടെ നിൽക്കുന്നു ധാരാളം പൂക്കളുമായി. ആ റോസ്ച്ചെടി ആദ്യമായി പുഷ്പ്പിച്ചപ്പോൾ അവൾ തന്നെ അറിയിച്ചിരുന്നു. നെല്ല്യാട്ടമ്പലത്തിലെ ഉൽസവത്തിന് ദീപാരാധനയ്ക്ക് തൊഴാൻ പോയപ്പോൾ, അവളുടെ അമ്മ കൂടെ ഉണ്ടായിരുന്നിട്ടും സൂത്രത്തിൽ അവൾ തന്റെ അടുത്തു വന്നു ചേർന്നു നിന്നു കൊണ്ട്. 'ദേ കുട്ടേട്ടാ നമ്മുടെ വെള്ളറോസ് ചെടി മോട്ടിട്ടു' എന്ന് പറഞ്ഞു.ആളുകളെല്ലാം തന്നെയും അവളെയും ശ്രദ്ധിക്കുന്നുണ്ടോ എന്ന ഭയമായിരുന്നു തനിക്ക്. പ്രത്യേകിച്ചും അവളുടെ അമ്മ. അവർക്ക് തീരെ ഇഷ്ട്ടമായിരുന്നില്ല ഞങ്ങളുടെ ബന്ധം. അവൾക്ക് അങ്ങനെ ഒരു വിചാരമേ ഉണ്ടായിരുന്നില്ല. ആര് കണ്ടാലും തനിക്ക് ഒരു ചുക്കും ഇല്ല എന്ന ഭാവമാണ്. കാവിനടുത്ത് വിജനമായ ഇടവഴിയിൽ നിന്നും അവളെ ആദ്യമായി ചുംബിച്ചത് ഇന്നലെ കഴിഞ്ഞത് പോലെ തോന്നുന്നു. ആ നിമിഷം ശരീരത്തിൽ ആകെ ഒരു കോരിത്തരിപ്പ് അനുഭവപ്പെട്ടിരുന്നു. ഏതോ മായാലോകത്തിലെന്ന പോലെ...

അവളും താനും തമ്മിൽ ഒരുപാട് അന്തരമുണ്ട്. ആരോ അവളുടെ അച്ഛനെ ഏഷണി കൂട്ടിയിരിക്കുന്നു. 'ഇല വന്ന് മുള്ളിൽ വീണാലും മുള്ള് വന്ന് ഇലയിൽ വീണാലും ഏതിനാ കേട് രാഘവൻ നായരേ.അത് കൊണ്ട് മകളെ ഒന്ന് ശ്രദ്ധിക്കുന്നത് നല്ലതാണ്' എന്ന ഉപദേശം അമ്പലത്തിലെ സ്ഥിരം ഏഷണി വർഗ്ഗത്തിൽപ്പെട്ട ഏതോ ഒരു നായര്, രാഘവൻ നായർക്ക് കൊടുത്തതനുസരിച്ച് നാണക്കേട് സഹിക്ക വയ്യാതെ അയാൾ വീട്ടിൽ വന്ന് ആമിയെ കണക്കിന് തല്ലി . അവൾ നിശബ്ദം എല്ലാം സഹിച്ചു. ആമിയുടെ അച്ഛൻ അതിനു ശേഷം തന്നെ കണ്ടാൽ ഒരു അവജ്ഞയോടുള്ള നോട്ടമായിരുന്നു. ആമിയുടെ അച്ഛൻ ഒരിക്കലും ഈ ബന്ധത്തിന് സമ്മതം മൂളുകയില്ല, അത് തനിക്കും അവൾക്കും നന്നായി അറിയാം. അവളുടെ അച്ഛന്റെ കണ്ണിൽ താൻ ജാതിയിൽ ഒരുപാട് താഴ്ന്നവൻ. മകളെ സ്വജാതിയിൽപ്പെട്ട സർക്കാർ ജോലിക്കാരനെ കണ്ടുപിടിച്ചു കൊടുക്കാനാണ് ഒതയോത്ത് രാഘവൻ നായർ ആഗ്രഹിക്കുന്നത്. പണ്ട് ജന്മിത്തം വാണിരുന്ന തറവാടായിരുന്നു ഒതയോത്ത് തറവാട്. ജന്മിത്തം പോയെങ്കിലും തറവാടിന്റെ സമ്പത്തിക സ്ഥിതിയിൽ വലിയ

കുറവ് വന്നിട്ടില്ല. ഏക്കറ് കണക്കിന് ഭൂസ്വത്തുക്കളും ടൗണിൽ വാടകക്ക് കൊടുക്കുന്ന കടമുറികളുമൊക്കെയായി പ്രതാപം മങ്ങാതെ തലയെടുപ്പോടെ സമൂഹത്തിന്റെ മുൻപന്തിയിൽ തന്നെ രാഘവൻ നായരുമുണ്ട്. സ്വജാതിയിൽപ്പെട്ടവരായ ആൺപിള്ളേര് പോലും തറവാട്ടിലെ പെൺകുട്ടികളെ തലയുയർത്തി നോക്കാൻ മടിക്കുന്ന ഒരു കാലമുണ്ടായിരുന്നു തറവാട്ടിൽ. കേവലം ഒരു ഈഴവചെറുക്കൻ തന്റെ മകൾക്ക് പുടവ കൊടുക്കുക എന്നത് രാഘവൻ നായർക്ക് സ്വപ്നത്തിൽ പോലും ആലോചിക്കാൻ വയ്യാത്ത കാര്യമായിരുന്നു.

ഈ ജാതിയും മതവുമൊക്കെ ഉണ്ടാക്കിയവനെ പിടിച്ചു മുക്കാലിൽ കെട്ടി അടിക്കണം. ആണും പെണ്ണും എന്ന ഒറ്റജാതി മതിയായിരുന്നു. ആമി രണ്ടും കല്പിച്ചാണ്. അച്ഛൻ സമ്മതിച്ചില്ലെങ്കിൽ കുട്ടേട്ടൻ വിളിച്ചാൽ ഈ ഭൂമിയുടെ ഏത് കോണിലേക്കും താൻ കൂടെ വരുമെന്ന് അവൾ എത്രയോ തവണ തന്നോട് സത്യം ചെയ്തിരിക്കു ന്നു. അവൾ ഇറങ്ങി വരിക തന്നെ ചെയ്യും. അത് തീർച്ചയാണ്. അച്ഛനല്ല ഈ ഭൂലോകം മുഴുവൻ ഒരുമിച്ച് എതിർത്താലും അവൾക്ക് തന്നെ മാറ്റി നിർത്തി ചിന്തിയ്ക്കുവാൻ കഴിയുമെന്ന് തോന്നുന്നില്ല.പലപ്പോഴും അവൾ കാണിക്കുന്ന ധൈര്യം തന്നെ അത്ഭുതപ്പെടുത്തിയിരുന്നു. അതിന്റെ നൂറിൽ പത്ത് ശതമാനം പോലും തനിക്കില്ല എന്നതാണ് വാസ്തവം.

അവൻ ആമിയുടെ വീടിന്റെ ഗെയിറ്റിന് മുന്നിൽ എത്തി. അവൾ മുറ്റത്തുണ്ടായിരുന്നു, എന്തോ അവന്റെ മനസ്സ് അവൾക്കു സൂചനകൊടുത്തത് പോലെ. അച്ഛനും അമ്മയും വീട്ടിൽ ഉണ്ടായിരുന്നില്ല. അവനെ കണ്ടപ്പോൾ മുറ്റത്ത് നിന്നും ആമി കൈ വീശി കാണിച്ച്, ഓടി ഗെയ്റ്റിനു സമീപത്തെത്തി.

2

രണ്ട്

പൂമുഖത്ത് അച്ഛന്റെ ചാരുകസേരയിൽ ഇരിക്കുമ്പോൾ അച്ഛൻ കൂടെയുണ്ടെന്നൊരു തോന്നലാണ് തനിക്ക്.ജോലിയൊക്കെ കഴിഞ്ഞ് വൈകുന്നേരം അല്പം 'നാടൻ മോന്തി' ഈ ചാരുകസേരയിൽ അച്ഛൻ വിശ്രമിയ്ക്കുന്ന കാഴ്ച്ച ഇപ്പോഴും കൺമുന്നിൽ തെളിഞ്ഞു കാണാം. അച്ഛനും മകനും എന്നതിലുപരി കൂട്ടുകാരെ പോലെയായിരുന്നു ഞങ്ങൾ.

വീടിന് മുൻപിലുള്ള മാത്യുച്ചേട്ടന്റെ ഒഴിഞ്ഞ പറമ്പിൽ പിള്ളേര് ഗോലി കളിക്കുകയാണ്. ആകെ ബഹളമയം. അവർ ആർത്തുരസിക്കയാണ്.കളിച്ചു രസിച്ചു പഠിച്ചു വളരേണ്ട പ്രായം.കൂട്ടുകാരോട് ഇണങ്ങിയും പിണങ്ങിയും കളിച്ചുല്ലസിച്ചു നടന്നിരുന്ന ആ കാലം.മനസുകൊണ്ട് ഒരു കുട്ടിയായിരിക്കുവാൻ കൊതിക്കാത്തവരുണ്ടോ....? ഓർമ്മവച്ച നാൾ മുതൽ ഞങ്ങൾ കുട്ടികളെല്ലാം ഒത്തുകൂടിയിരുന്നത് ആമിയുടെ അമ്മയുടെ തറവാടായിരുന്ന ചാത്തോത്ത് തറവാട്ടിലായിരുന്നു. ഞങ്ങളുടെ വീടിന്റെ അയൽവക്കം. തറവാട്ടിലെ മുത്തശ്ശി ദേവകിയമ്മയ്ക്ക് ഞങ്ങളെയെല്ലാം വലിയ കാര്യമായിരുന്നു. ഞങ്ങൾ കുട്ടികളെല്ലാം ഒത്തുകൂടിയാൽ ഒരുത്സവമേളമായിരുന്നു, തറവാട്ടിൽ.പ്രത്യേകിച്ചും ഓണം,വിഷു, നെല്ല്യാട്ടമ്പലത്തിലെ ഉത്സവം എന്നീ വിശേഷവസരങ്ങളിൽ. ഒരു തിരുവോണ ദിവസം രാവിലെ വെളുത്ത് കൊലുന്നനേയുള്ള ഒരു അഞ്ചു വയസുകാരി പെൺകുട്ടി ഭവാനിയമ്മയുടെ കൈ പിടിച്ചു കൊണ്ട് അവിടേക്ക് കയറി വന്നത് ഇന്നലെ കഴിഞ്ഞത് പോലെ ഓർമ്മകളിൽ ഇന്നും മായാതെയിരിപ്പുണ്ട്.

പിന്നീട് അവളോട് നല്ല കൂട്ടായി. എപ്പോഴും കുട്ടേട്ടാ കുട്ടേട്ടാ എന്ന് വിളിച്ചു എന്നെ ചുറ്റിപ്പറ്റി നിൽക്കും.കേവലം ഒരു കളിക്കൂട്ടുകാരി എന്നതിലുപരി ഒരു പ്രത്യേകതയും അവളോട് അന്ന് തോന്നിയിരുന്നില്ല. ബാല്യത്തിൽ നിന്നും അവൾ യൗവനത്തിന്റെ പടവിലേക്ക് കാലെടുത്തു വച്ചപ്പോൾ 'ഇനി ആമി കുട്ടിയുടെ കൂടെ കളിക്കാൻ വരില്ല. അവൾ വലിയ കുട്ടിയായിരിക്കുന്നു' എന്ന് അവളുടെ ചെറിയമ്മ മനയ്ക്കലെ സുഭദ്രചേച്ചിയുടെ പുടമുറിക്ക് ഒളികണ്ണിട്ട് പറഞ്ഞപ്പോൾ അതിന്റെ അർത്ഥം തനിക്ക് അന്ന് മനസിലായിരുന്നില്ല. അവൾ വലിയ കുട്ടിയായിരിക്കുന്നു എന്ന്... തന്നോടൊപ്പം കളിക്കാൻ വരില്ലെന്ന്. അവൾ കളിക്കാൻ വന്നില്ലെ തനിക്കെന്ത് എന്ന ഭാവമായിരുന്നു. പിന്നീടുള്ള ദിവസങ്ങളിൽ ആമിയെ കണ്ടപ്പോൾ എന്തോ ഒരു മാസ്മരികഭാവം അവളിൽ കുടിയിരിക്കുന്നത് പോലെ തനിക്ക് തോന്നിയിരുന്നു. ആയിരം നക്ഷത്രങ്ങൾ ഒരുമിച്ചു പ്രകാശിക്കുന്ന തെളിച്ചം അവളുടെ കണ്ണുകളിൽ നിറഞ്ഞിരിക്കുന്നത് പോലെ.. അവളിൾ ഒരാകർഷണം തനിക്ക് തോന്നിയിരുന്നു. എന്തോ ഒരു ശക്തി അവളിലേക്ക് കൂടുതൽ തന്നെ വലിച്ചടുപ്പിക്കുന്നത് പോലെ. അതിനുശേഷം അവൾ കൂടെകളിക്കാൻ വരുമായിരുന്നില്ല. ഒഴിഞ്ഞു മാറിനിൽക്കുകയായിരുന്നു പതിവ് . അവളെ കാണാതെ വയ്യാത്ത ഒരു അവസ്ഥ ക്രമേണ വന്നു. അവളെ കണ്ടില്ലെങ്കിൽ എന്തോ ഒന്ന് നഷ്ടപ്പെട്ട പ്രതീതിയായിരുന്നു. ഹൃദയത്തിൽ ഒരു വലിയ പാറക്കല്ലെടുത്ത് വച്ചത് പോലെയുള്ള ഒരു ഭാരം തനിക്ക് അന്ന് അനുഭവപ്പെട്ടു. ക്രമേണ അവളെ താൻ സ്നേഹിക്കുകയായിരുന്നു എന്ന ഒരു വലിയ സത്യം താൻ മനസിലാക്കി. ഒരു ദിവസം ക്ഷേത്രച്ചിറയ്ക്കരികിൽ നിന്നും ആകസ്മികമായി അവളെ കണ്ടപ്പോൾ 'ആമിയെ ഞാൻ സ്നേഹിക്കുന്നു എന്ന്' അവളോട് തുറന്നു പറഞ്ഞപ്പോൾ തന്റെ ഹൃദയം പെരുമ്പറ കൊട്ടുകയായിരുന്നു. അപ്പോൾ അവളുടെ കണ്ണുകളിൽ കണ്ട ആ തിളക്കം,എന്നിൽ നിന്നും ആ വാക്കുകൾ കേൾക്കാൻ അവളും കൊതിച്ചിരുന്നു എന്നവൾ മൊഴിഞ്ഞപ്പോൾ ഒരു സ്വപ്നത്തിൽ എന്ന പോലെ ആ വാക്കുകൾ തന്റെ കാതിൽ മുഴങ്ങി കേട്ടു.ആ നിമിഷം മുതൽ അവൾ തന്റേതായിരുന്നു.

"ചേട്ടാ നാളെ മുതൽ ഞാൻ ക്ലാസ്സിൽ പോകാൻ തുടങ്ങട്ടെ"

പ്രീത ഉമ്മറത്തേ തൂണും ചാരി അറിയിച്ചു. അകത്തുനിന്നും തന്റെ അനിയത്തി ഇറങ്ങിവന്നത് താൻ അറിഞ്ഞിരുന്നില്ല.തന്റെ ആമിയെ ഓർത്തിരിക്കുമ്പോൾ പരിസരം പോലും താൻ മറന്നു പോകുന്നു.

"ഉം..." അവൻ ഒന്നു മൂളി.

" രണ്ടു മൂന്നു മാസത്തേയ്ക്കുള്ള ഫീസ് കൊടുക്കാനുണ്ട്."

പ്രീത ടൗണിൽ ഒരു പാരലൽ കോളേജിൽ പ്രീ-ഡിഗ്രിയ്ക്ക് പഠിക്കുന്നു. പഠിക്കാൻ വലിയ മിടുക്കി യൊന്നുമല്ലെങ്കിലും തട്ടലും മുട്ടലും ഇല്ലാതെ അത്യാവശ്യം പാസ് മാർക്കുമായി ഇതുവരെയുള്ള എല്ലാ കടമ്പകളും അവൾ കടന്നിരിക്കുന്നു.

പ്രസാദ് പഠിക്കാൻ മിടുക്കനായിരുന്നു. ബി.എ ഫൈനലിയർ പരീക്ഷ കഴിഞ്ഞപ്പോൾ ആയിരുന്നു അച്ഛന് ആകസ്മികമായി അപകടം സംഭവിച്ചത്. അച്ഛനുള്ളപ്പോൾ ഒന്നും താൻ അറിയേണ്ടായിരുന്നു. അതുവരെ വീട്ടുചില വുകളോ മറ്റു കാര്യങ്ങളൊന്നും അച്ഛൻ തന്നെ അറിയിച്ചിരുന്നില്ല. എല്ലാം ഭംഗിയായി നടന്നിരുന്നു. ഒരു സാധനം വാങ്ങാൻ പോലും അച്ഛൻ തന്നെ കടയിൽ പറഞ്ഞയയ്ക്കാറില്ലായിരുന്നു 'ആ സമയം അവൻ നാലക്ഷരം പഠിക്കട്ടെ' എന്ന് പറയും അച്ഛൻ. 'നിങ്ങൾ ചെറുക്കനെ കൊഞ്ചിച്ച് വഷളാക്കും' എന്ന് പറഞ്ഞു അമ്മ പലപ്പോഴും അച്ഛനോട് കെറുവിക്കും.ജോലിക്ക് പോയി കിട്ടുന്ന പണം അച്ഛൻ കൃത്യമായി അമ്മയെ ഏൽപ്പിക്കും. അച്ഛന് പണത്തിന് എന്തെങ്കിലും ആവശ്യമുണ്ടെങ്കിൽ പോലും അമ്മയോട് വാങ്ങാറാണ് പതിവ്. അമ്മ അതുകൊണ്ട് നാലു വയറും തന്റെയും അനിയത്തിയുടെയും പഠിപ്പും ബാക്കിയുള്ള കാര്യങ്ങളും ഭംഗിയായി നിർവ്വഹിച്ചു പോന്നു,ഒരു ദുരന്തം എല്ലാം തകിടം മറിച്ചു .

തലേന്ന് രാത്രി മുതൽ അച്ഛന് ശരീരവേദനയും പനിയും ഉണ്ടായിരുന്നു. അബൂബക്കർ മുതലാളി നിർബന്ധം പറഞ്ഞതുകൊണ്ടാണ് അച്ഛൻ മനസ്സില്ലാ മനസോടെ അയാളുടെ പറമ്പിൽ ജോലിക്ക് പോയത്. തെങ്ങിൽ നിന്നും അച്ഛൻ വീണെന്നറിഞ്ഞപ്പോൾ ശരിക്കും നടുങ്ങിപ്പോയി.ആറുമാസം അച്ഛൻ കിടപ്പിലായി ഒന്നും അറിയാതെ... നരകിച്ചു......ഒടുവിൽ അച്ഛൻ ഓർമ്മ മാത്രമായ്... ആ കിടപ്പു കാണുമ്പോൾ ആരും കാണാതെ ഒരു നൂറാവർത്തി താൻ കരഞ്ഞിട്ടുണ്ട് ......

"ചേട്ടാ,ഞാൻ പറയുന്നത് കേൾക്കുന്നുണ്ടോ"

പ്രീതയുടെ ചോദ്യം അവനെ ചിന്തയിൽ നിന്നും ഉണർത്തി.

"മ് മ് നോക്കാം " അവൻ ഒന്ന് മൂളി.അവൾ പിന്നെ ആരോട് പറയണം, അച്ഛന്റെ മരണശേഷം തറവാട്ടിലെ കാരണവർ താനായിരിക്കുന്നു. ഇനി ഈ കുടുംബം മുന്നോട്ട് വലിച്ചു കൊണ്ട് പോകേണ്ട ചുമതല തനിക്കാണ്. ഇനി തുടർന്ന് പഠിക്കാൻ സാധിക്കുമെന്ന് തോന്നുന്നില്ല. ഉടനെയൊരു ജോലി കണ്ടു പിടിക്കണം. ഒരുപാട് ചിലവുകളുള്ളതല്ലേ. അച്ഛന്റെ ചികിത്സയ്ക്ക് വേണ്ടി വീടിന്റെ ആധാരം പണയം വച്ചു ബാങ്കിൽ നിന്നും ഒന്ന് രണ്ട് ലക്ഷം രൂപ വായ്പയും എടുത്തിട്ടുണ്ട്. അതൊക്കെ പലിശയും പലിശയുടെ പലിശയുമൊക്കെയി ഒരുപാട് തുക ബാങ്കിൽ തിരിച്ചടയ്ക്കാനുണ്ട്. ഒരു ജോലി കൂടിയേ തീരൂ.

" എടി ആ ചോറ് പാകമായോ എന്ന് നോക്കിയേ " മാധവിയമ്മ പൂമുഖത്തേയ്ക്ക് കടന്നു വന്നു. തൂണും ചാരി നിന്നിരുന്ന പ്രീത അമ്മ പറഞ്ഞത് കേട്ട് അകത്തേക്ക് പോയി.

"ഗോപി, ഇന്നലെ ഇവിടെ വന്നിരുന്നു. അവനോട് ഞാൻ നിന്റെ ജോലിക്കാര്യം സൂചിപ്പിച്ചിരുന്നു . ഒന്ന് പോയി കണ്ടുനോക്ക് നീ അവനെ "

"ആ... വൈകുന്നേരമാകട്ടെ.അമ്മാവൻജോലി കഴിഞ്ഞു വരാൻ വൈകുന്നേരമാകും."

മാധവിയമ്മയ്ക്ക് മൂന്നു നാല് സഹോദരന്മാരുണ്ടെങ്കിലും കൂട്ടത്തിൽ കുടുംബസ്നേഹി ഗോപി മാത്രമായിരുന്നു. ബാക്കിയുള്ളവർ സർക്കാർ ജോലിയും ബിസിനസ്സുമായി അന്യനാടുകളിലാണ്. നാട്ടിലേക്ക് വരാറില്ല. കുടുംബത്തിൽ എന്ത് ആവശ്യം വന്നാലും ഗോപി വിളിപ്പുറത്തുണ്ടാവും. എല്ലാവരെയും വലിയ കാര്യമാണ് പുള്ളിക്ക് .അടുത്തുള്ള ഒരു തടിമില്ലിൽ തടി അറുക്കലാണ് മൂപ്പരുടെ തൊഴിൽ. മകനും മകളും ഭാര്യയും അടങ്ങുന്നതാണ് കുടുംബം.. തന്റെ പെങ്ങളുടെ ഇല്ലായ്മ മനസ്സിലാക്കി തന്റെ കൈയ്യിലുള്ളത് എന്തെങ്കിലും അമ്മാവൻ അമ്മയെ ഏൽപ്പിക്കും. എത്രനാള് ഇങ്ങനെ അമ്മാവനെ ബുദ്ധിമുട്ടിക്കും. അദ്ദേഹത്തിനും ഒരു കുടുംബമുള്ളതല്ലേ. ജീവിക്കാൻ എല്ലാവരും പാടുപെടുന്നു. മകളുടെ ചികിത്സയ്ക്കു മൊക്കെയായി

പണത്തിന് വേണ്ടി അമ്മാവനും ബുദ്ധിമുട്ടുകയാണ്. ഹൃദ്രോഗി ആണ് അമ്മാവന്റെ മകൾ വർഷ. പഠിക്കാൻ മിടുക്കിയാണവൾ. ഒരു വർഷം മുൻപ്, അവൾ ആറാം ക്ലാസ്സിൽ പഠിക്കുമ്പോൾ ക്ലാസ്സിൽ തലകറങ്ങി വീണതായിരുന്നു തുടക്കം. വിദഗ്ധപരിശോധനയിൽ ഹൃദയവാൾവ് തകരാറായിരുന്നു കുട്ടിക്ക്. അത് മാറ്റിവയ്ക്കണം. അതിനിടയ്ക്കായിരുന്നു തന്റെ അച്ഛന്റെ അപകട മരണവും..

3

മൂന്ന്

പൂമുഖത്ത് നിന്നും കളിച്ചു കൊണ്ടിരിക്കുകയായിരുന്ന അമ്മാവന്റെ മകൻ അപ്പു, "അമ്മേ ദാ കുട്ടേട്ടൻ" എന്ന് വിളിച്ചു പറഞ്ഞു കൊണ്ട് സന്തോഷത്തോടെ തുള്ളിച്ചാടി അടുക്കളയിലേക്ക് ഓടി. ഏതാനും മിനിറ്റുകൾക്ക് ശേഷം നെറ്റിയിലെ വിയർപ്പ് സാരിത്തുമ്പ് കൊണ്ട് തുടച്ച് അമ്മായി വരാന്തയിലേക്കിറങ്ങി വന്നു,കൂടെ അപ്പുവും.

"ആ... നീ കയറി ഇരിക്ക്" ഒരു കസേര നീക്കിയിട്ടു കൊണ്ട് അവർ പറഞ്ഞു. മുറ്റത്ത് നിൽക്കുകയായിരുന്ന പ്രസാദ് പൂമുഖത്തേക്ക് കയറി കസേരയിൽ ഇരുന്നു. അപ്പു ഓടി വന്നു പ്രസാദിന്റെ മടിയിലേക്ക് കയറി. പ്രസാദ് ഷർട്ടിന്റെ പോക്കറ്റിൽ നിന്നും പത്രക്കടലാസ്സിൽ പൊതിഞ്ഞ ഒരു ചെറിയ പൊതിയെടുത്ത് അവനു നീട്ടി.

അവൻ അത് വാങ്ങി തുറന്നു നോക്കി "ഹായ് നാരങ്ങ മിറ്റായി"അവന്റെ കണ്ണുകൾ വിടർന്നു.

"എടാ കാന്താരി, ചേച്ചിക്കും കൊടുക്കണം" പ്രസാദ് അപ്പുവിനെ കെട്ടിപ്പിടിച്ചു കൊണ്ട് പറഞ്ഞു. അപ്പു തലയാട്ടിക്കൊണ്ട് പ്രസാദിന്റെ മടിയിൽ നിന്നും ഊർന്നിറങ്ങി അകത്തേക്ക് ഓടി.

"ഈ ചെറുക്കന് എപ്പോഴും ഓട്ടമാ.എവിടെയെങ്കിലും ചെന്നിടിച്ചു വീഴത്തേയുള്ളൂ." അമ്മായി അപ്പുവിനെ നോക്കി പറഞ്ഞു.അത് പറഞ്ഞു തീരുന്നതിനു മുൻപേ അവൻ ശരം തൊടുത്ത് വിട്ടത് പോലെ വീടിനകത്തേക്ക് കുതിച്ചിരുന്നു.

" വർഷയ്ക്ക് ഇപ്പോഴെങ്ങനെയുണ്ട്." പ്രസാദ് ചോദിച്ചു

"മെഡിക്കൽ കോളേജിൽ കൊണ്ട് പോയി കാണിച്ചു സർജ്ജനെ. അടുത്ത മാസം ഓരോപ്പറേഷൻ വേണമെന്നു പറഞ്ഞു .അവർ

അതിന്റെ കാര്യങ്ങളുമായി ഓടി നടക്കുകയാ. വീട് പണയം വച്ചോ എങ്ങനെയെങ്കിലും കാശ് സംഘടിപ്പിക്കണം " അവർ ഒരു നെടുവീർപ്പോടെ പറഞ്ഞു.

"അമ്മാവൻ വന്നില്ലേ ജോലി കഴിഞ്ഞ് "

" ഇപ്പോഴാ പുറത്തിറങ്ങിയത് കടയിലോട്ട് ...ഇപ്പോൾ വരും.. നിന്റെ ജോലിക്കാര്യം ആ രാരിച്ചനോട് മൂപ്പര് പറഞ്ഞെന്നു തോന്നുന്നു "

ഇരുട്ടിൽ ദൂരെ നിന്നും ഇടവഴിൽ ടോർച്ചു ലൈറ്റിന്റെ പ്രകാശം ശ്രദ്ധിച്ചു കൊണ്ട് അമ്മായി പ്രസാദിനോട് പറഞ്ഞു.

"മൂപ്പര് വരുന്നുണ്ടെന്നു തോന്നുന്നു" .

ടോർച്ച് വെട്ടം പടികയറി മുറ്റത്തേക്ക് പ്രവേശിച്ചു. അമ്മാവനെ കണ്ടപ്പോൾ പ്രസാദ് കസേരയിൽ നിന്നും എഴുന്നേറ്റു. അയാൾ പൂമുഖത്തേക്ക് കയറി. ഒരു പൊതി ഭാര്യയുടെ കൈയ്യിൽ ഏൽപ്പിച്ച് അണിഞ്ഞിരുന്ന ഷർട്ട് അഴിച്ചു മറ്റൊരു കസേരയിൽ വിരിച്ചു. വരാന്തയുടെ ഓരം പറ്റി കെട്ടിയിരുന്ന അഴയിൽ വിരിച്ചിരുന്ന തൂവർത്ത് എടുത്തു അർദ്ധനഗ്നമായ ശരീരം തുടച്ചു കൊണ്ട് അയാൾ പ്രസാദിന് അഭിമുഖമായി ഇരുത്തിയിൽ വന്നിരുന്നു.

" ഞാൻ രാരിച്ചനോട് കാര്യം പറഞ്ഞായിരുന്നു. അയാളുടെ വയനാട്ടിലെ തേയിലതോട്ടത്തിൽ കാര്യങ്ങൾ നോക്കി നടത്താൻ ഒരാൾ വേണമെന്ന് കുറച്ചു ദിവസങ്ങൾക്ക് മുന്പേ എന്നോട് സൂചിപ്പിച്ചിരുന്നു. ചേച്ചി നിന്റെ കാര്യം സൂചിപ്പിച്ചപ്പോൾ ഈ ജോലി നിനക്ക് ഇണങ്ങുമെന്ന് തോന്നി.നീ അയാളെ പോയി കാണണം.രാവിലെ വീട്ടിലുണ്ടാകും. ആളിത്തിരി ചൂടാനാണെന്നെയൊള്ളൂ നേരുള്ളവനാ"

"മ്...മ്... ഞാൻ പോയി കണ്ടോളാം അമ്മാവാ" പ്രസാദ് പറഞ്ഞു

നാട്ടിൽ ഒരു പ്രമാണിയാണ് രാരിച്ചൻ. എന്ത് ആഘോഷം നടക്കുന്നുണ്ടേലും അതിൽ ഒരു പ്രധാനിയാണ് രാരിച്ചൻ.അത് പള്ളിപ്പെരുന്നാളായാലും അമ്പലങ്ങളിലെ ഉൽസവമായിരുന്നാലും, അവിടെ നടത്തേണ്ടുന്ന കലാ പരിപാടികൾ പോലും തീരുമാനിക്കുന്നത് രാരിച്ചനാണ്. നാടകം വേണോ ഗാനമേള വേണോ എന്നത് രാരിച്ചന്റെ അതാത് സമയങ്ങളിലുള്ള മൂഡ് അനുസരിച്ചിരിക്കും. വയനാട്ടിലെ ടീ എസ്റ്റേറ്റ്, ഇവിടെ ടൗണിനടുത്തു തന്നെയുള്ള വലിയ ഒരു ഷോപ്പിങ് കോംപ്ലക്സ്.

ടൗണിൽ ഒരു ഏ ക്ലാസ്സ് തീയ്യേറ്റർ. അനുബന്ധമായി സമീപഗ്രാമപ്രദേശങ്ങളിലുള്ള ബിക്ലാസ്സ് തീയ്യേറ്ററുകൾ, തുണിക്കടകൾ, ബസ് സർവ്വീസ് എന്ന് വേണ്ട രാരിച്ചൻ കൈവയ്ക്കാത്ത ഒരു മേഖലയും തന്നെ ഇല്ലെന്നു പറയാം.

"ഞാൻ ഇത്തിരി ചായയിടാം..." അമ്മായി അടുക്കളയിലേക്ക് നടന്നു.

"വർഷയെ ഒന്ന് കാണട്ടെ. അവളെവിടെ "

"അവൾ കിടക്കുകയാ" നടക്കുന്നതിനിടയിൽ അമ്മായി തിരിഞ്ഞു പ്രസാദിനോട് പറഞ്ഞു.

പ്രസാദ്, വർഷ കിടക്കുന്ന റൂമിലേക്കു നടന്നു. അതിനിടെ വർഷ കിടക്കുന്ന മുറിയിൽ നിന്നും തിരിച്ചു വന്ന അപ്പുവും അവനെ അനുഗമിച്ചു. പ്രസാദിനെ കണ്ടപ്പോൾ വർഷ കിടക്കയിൽ നിന്നും എഴുന്നേൽക്കാൻ ശ്രമിച്ചു.

"എഴുന്നേൽക്കണ്ട കിടന്നോളു. "

അവൾ ആകെ ക്ഷീണിച്ചിരുന്നു. ഒരു ചിത്രശലഭത്തെ പോലെ പാറി നടന്നിരുന്ന വർഷ, ചുറുചുറുക്കുള്ള വർഷയുടെ ഈ അവസ്ഥ കണ്ടു പ്രസാദിന് സങ്കടം തോന്നി.

" ആമി ചേച്ചി എന്ത് പറയുന്നു കുട്ടേട്ടാ " കള്ളച്ചിരിയോടെ അവൾ ചോദിച്ചു.

മറുപടിയായി പ്രസാദ് ഒന്ന് ചിരിച്ചു.അവൾ ഒരു ഹംസ്സമായിരുന്നു എന്ന് തന്നെ പറയാം അവർക്കിടയിൽ. പലപ്പോഴും കത്തുകൾ അവൾ വഴിയായിരുന്നു ഇരുവരും കൈമാറിയിരുന്നത്. അതിനു പകരമായി വർഷ ഇരുവരിൽ നിന്നും കൈക്കൂലിയായി. പൂമ്പാറ്റ, ബാലരമ അല്ലെ പതിനഞ്ച് പൈസയ്ക്ക് ഒരെണ്ണമുള്ള നാരങ്ങ മിഠായികൾ , വള, മാല ഇത്യാദി കരസ്ഥമാക്കിയിരുന്നു.

" കുട്ടേട്ടാ ഇനി എനിക്ക് ക്ലാസ്സിൽ പോകാൻ കഴിയില്ലേ..... എത്ര ദിവസമാണിങ്ങനെ കിടക്കുന്നെ, അമ്മയും അച്ഛനും എപ്പോഴും സങ്കടത്തിലാണല്ലോ. ഇടയ്ക്ക് അമ്മ കരയും ഞാൻ കാണാതെ.അപ്പു വന്ന് പറയും അമ്മ അപ്പുറത്ത് നിന്നും കരയുവാന്ന് ."

അവളുടെ വാക്കുകൾ പ്രസാദിനെ നൊമ്പരപ്പെടുത്തിയെങ്കിലും അവൻ അത് മുഖത്ത് കാണിച്ചില്ല.

" ഇന്നാള് കണ്ട ഡോക്ടർസാർ നിന്റെ അസുഖമെല്ലാം മാറ്റിത്തരാം എന്ന് വാക്ക് പറഞ്ഞതല്ലേ .അടുത്ത വർഷം മിടുക്കിയായി ക്ലാസ്സിൽ പോകാമല്ലോ" അവന്റെ വാക്കുകൾ ഒളിമങ്ങിയിരുന്ന അവളുടെ കുഞ്ഞുനയങ്ങളിൽ പ്രതീക്ഷയുടെ പൂത്തിരി കത്തിച്ചു .

അമ്മായി മുറിയിലേക്ക് കടന്നു വന്നു.ഒരു ഗ്ലാസ് ചായയും ഒരു പ്ലേറ്റിൽ ബിസ്ക്കറ്റും മേശപ്പുറത്തു വച്ചു. അടുത്തുള്ള മരത്തിന്റെസ്റ്റൂൾ മേശയ്ക്കരികിലേക്ക് നീക്കി വച്ചു.

"ചായ കുടിച്ചേ"

ഇത് കണ്ട അപ്പു ഓടി വന്നു പ്ലേറ്റിൽ നിന്നും ഒരു ബിസ്ക്കറ്റ് എടുത്തു.

* * * * * * * * * * * * * * * * * * * *

ഇളംങ്കാറ്റിന്റെ നനുത്ത സ്പർശത്താൽ അമ്പലത്തിന്റെ ആൽത്തറയിലിരിക്കുമ്പോൾ മനസിന് എന്തോ കുളിർമ്മ പോലെ അവന് തോന്നി. നടവഴിയിലെ ആൽത്തറയിൽ താൻ കാത്ത്നിൽക്കുവാൻ തുടങ്ങിയിട്ട് ഏകദേശം അരനാഴിക കഴിഞ്ഞു. അവളെ കാണുന്നില്ലല്ലോ. ഇനി വരാതിരിക്കുമോ.. വീടിനു മുമ്പിൽ നിന്നും കണ്ടപ്പോൾ രാവിലെ അമ്പലത്തിൽ വച്ച് കാണാം എന്നാണല്ലോ അവൾ പറഞ്ഞിരുന്നത്.

ഏതാനും നിമിഷങ്ങൾ കഴിഞ്ഞപ്പോൾ ദൂരെ വയൽവരമ്പിലൂടെ ആമിയും പ്രീതയും നടന്നു വരുന്നത് പ്രസാദ് കണ്ടു. ക്ഷേത്രകുളത്തിനരികിലെത്തിയപ്പോൾ, പ്രീത ആമിയോട് എന്തോ ചെവിയിൽ പറഞ്ഞു. ആമി തലയുയർത്തി ആൽത്തറയിലേക്ക് ഒന്ന് നോക്കി. അവളിൽ ഒരു ചിരി വിടർന്നു. കസവിന്റെ ജമ്പറും പാവാടയും ധരിച്ചു തന്റെ ആമി കൂടുതൽ സുന്ദരിയായിരിക്കുന്നു എന്ന് പ്രസാദിന് തോന്നി. അല്ലെങ്കിലും അവൾ സുന്ദരി തന്നെ. പ്രസാദ് ചുറ്റും ഒന്ന് കണ്ണോടിച്ചു. ഭാഗ്യത്തിന് സ്വർഗ്ഗത്തിലെ കട്ടുറുമ്പുകളായി ക്ഷേത്രപരിസരങ്ങളിൽ അതികം പേരില്ല. സാധാരണ ഈ സമയങ്ങളിൽ ആൽത്തറയിൽ പരദൂഷണം ശീലമാക്കിയ നാട്ടിലെ ഒരു സംഘം കിഴവന്മാരുണ്ടാവും. സ്വന്തം കുടുംബത്തിൽ ഇതിലും നാറിയ കഥകൾ ഉള്ളവരായിരിക്കാം ഒരു പക്ഷേ അവരിൽ പലരും. അങ്ങനെ ഉള്ളവരാണ് അന്യന്റെ ദുഷിപ്പ് പറഞ്ഞു നടക്കുന്നത്. സ്ഥലത്തെ പ്രധാന വിവാഹം മുടക്കികളാണ് അവരിൽ പലരും. വിവാഹം

മുടക്കൽ അസഹ്യമായപ്പോൾ അതിന്റെ തിക്താനുഭവങ്ങൾ അനുഭവിച്ച ഒരു കൂട്ടം ചെറുപ്പക്കാർ അതിൽപ്പെട്ട ചില കിഴവന്മാരെ ഇരുട്ടിന്റെ മറവിൽ കൈകാര്യം ചെയ്തിട്ടുണ്ടെന്നതും ആ നാട്ടിലെ ഒരു പരസ്യമായ രഹസ്യം. പോയി തുലയട്ടെ നശൂലങ്ങൾ ... പ്രസാദ് നെടുവീർപ്പിട്ടു.

"രണ്ടും നാട്ടുകാരെക്കൊണ്ട് പറയിപ്പിക്കരുത്" ആൽത്തറയ്ക്ക് അടുത്തെത്തിയ പ്രീത പ്രസാദിനെ ഒന്ന് നോക്കി, കൃത്രിമ ഗൗരവം നടിച്ചുകൊണ്ടു പറഞ്ഞു.

" നീ പോയെ കട്ടുറുമ്പാകാതെ" കണ്ണുരുട്ടിക്കൊണ്ട് പ്രസാദ് അവളോട് പറഞ്ഞു.

"ആമിച്ചേച്ചി ഞാൻ ശ്രീകോവിലിനടുത്തുണ്ടാകും"

പ്രീത മുന്നോട്ട് നടന്നു .സത്യത്തിൽ ആമിയെ അവൾ മനസ്സ് കൊണ്ട് ഏട്ടത്തിയമ്മയായി അവരോധിച്ചു കഴിഞ്ഞിരുന്നു. പ്രസാദിന്റെ അമ്മയ്ക്കും ആമിയെ ഒരുപാടിഷ്ടമാണ്. ആമിയുടെ അച്ഛൻ ഈ ബന്ധത്തിന് സമ്മതിക്കുകയില്ലെന്നത് അവരെ കൂടുതൽ ദു:ഖിപ്പിച്ചിരുന്നു...

"കുട്ടേട്ടന് വയനാട് ജോലി ശരിയായെന്ന് പ്രീത പറഞ്ഞു"

അവളുടെ മുഖത്ത് വിഷാദം നിഴലിച്ചിരുന്നു.

"ഒരു തേയില തോട്ടത്തിൽ... അവിടത്തെ കാര്യങ്ങൾ നോക്കി നടത്താൻ ആളെ വേണം..നമ്മുടെ രാരിച്ചൻ മുതലാളിയുടെ തോട്ടമാ. "

"പോയാൽ എങ്ങനെ കാണും നമ്മൾ കുട്ടേട്ടാ ...എനിക്ക് കാണാതെ പറ്റത്തില്ല."

" ഞാൻ എല്ലാ മാസവും വരും ആമി ...നിനക്ക് തോന്നുന്നുണ്ടോ നിന്നെ കാണാതെ എനിക്ക് സമാധാനമായി അവിടെ കഴിയാൻ സാധിക്കുമെന്ന് "

" ഇപ്പോൾ അങ്ങനെ പറയും. പോയാൽ പിന്നെ.... " അവൾക്ക് വാക്കുകൾ മുഴുമിപ്പിക്കാൻ കഴിഞ്ഞില്ല .കണ്ണ് നിറഞ്ഞിരുന്നു.

" നീ വെറുതെ എഴുതാപ്പുറം വായിക്കല്ലേ ആമി. ഞാൻ പറയാതെ തന്നെ നിനക്ക് കാര്യങ്ങളൊക്കെ അറി യാലോ "

"ഇവിടെ എന്തെങ്കിലും ജോലിക്ക് ശ്രമിച്ചാൽ നടക്കില്ലേ.."

"ഇവിടെ എന്ത് ജോലിയിരിക്കുന്നു ആമി.ഇത് മാസം ഒരു പത്ത് പന്ത്രണ്ടായിരം രൂപയെങ്കിലും കിട്ടും ശമ്പളമായി, രാരിച്ചൻ മുതലാളി

അമ്മാവനോട് പറയുന്നത് കേട്ടു. ഇവിടെ ഒരു മാസം ഏത് ജോലിക്ക് കിട്ടും ഇത്ര ശമ്പളം "

"അതിനിത്രയും ദൂരം......"

"വലിയ ദൂരമൊന്നും ഇല്ലല്ലോ ഒരു മൂന്ന്മൂന്നര മണിക്കൂർ ഓട്ടം ബസ്സിൽ. നിന്നെ കാണണം എന്ന് തോന്നുമ്പോൾ ഓടി വരാവുന്നത്ര ദൂരമല്ലേ ഉള്ളൂ . ഞാ...നീ നടന്നോ ആരേലും കണ്ടാൽ നിന്റെ അച്ഛനോട് പറഞ്ഞു പുകിലുണ്ടാക്കും . ഞാൻ രാത്രി വീടിനു പുറകിൽ വരാം. എനിക്കല്പം സംസാരിക്കാനുണ്ട്."

"വേണ്ട കുട്ടേട്ടാ ആരെങ്കിലും കണ്ടാൽ..."

അതിനുത്തരം പറയാതെ അവൻ മെല്ലെ തിരിഞ്ഞു നടന്നു.... കുട്ടേട്ടൻ വരും.വരട്ടെ....അതിനെന്താ...സംസാരിക്കാലോ........ഇന്ന് രാത്രി മുഴുവൻ സംസാരിയ്ക്കുവാൻ താൻ തയ്യാറാണ്.. ആ മുഖം എപ്പോഴും കൺമുന്നിൽ ഇങ്ങനെ നോക്കി ഇരിക്കാൻ തോന്നും. എത്ര കണ്ടാലും മതി വരില്ല.. നാളെ മറ്റൊരു നാട്ടിൽ... തന്റെ കുട്ടേട്ടൻ... ആഹാരമൊക്കെ സമയത്തിനു പാകം ചെയ്തു കൊടുക്കാൻ ആരുണ്ടവിടെ..? ഉണ്ടാക്കിയ ഭക്ഷണം പോലും നേരെ ചൊവ്വേ എടുത്ത് കഴിക്കാത്ത മനുഷ്യൻ... കുട്ടേട്ടന്റെ വീട്ടിൽ ചെന്നാൽ ചിലപ്പോഴൊക്കെ കുട്ടേട്ടന് ഭക്ഷണം വിളമ്പിക്കൊടുക്കുവാൻ തനിക്ക് അവസരം ലഭിച്ചിട്ടുണ്ട്. കുട്ടേട്ടന്റെ അമ്മ എവിടെയെങ്കിലും പോയാൽ പ്രീത മാത്രമുള്ള അവസരങ്ങളിൽ 'ആമിച്ചേച്ചി ആഹാരം വിളമ്പി കൊടുക്കാമോ' എന്ന് ചോദിക്കും അവൾ. തനിക്ക് അത് ഇഷ്ട്ടമാണെന്നതും അവൾക്കറിയാം.. അങ്ങനെ ലഭിക്കുന്ന അവസരങ്ങളിൽ താൻ അടുത്ത് നിന്നു തീറ്റിക്കും. പിന്നെ പ്രീത ആ പരിസരങ്ങളിൽ ഇല്ലെങ്കിൽ കുട്ടേട്ടൻ കുറുമ്പും കാണിക്കും. ഭക്ഷണം കഴിക്കുമ്പോൾ ഉമ്മ വേണമത്രേ. ആദ്യമൊന്നും താൻ സമ്മതിച്ചു കൊടുക്കാറില്ല.. പിന്നെ പാവം തോന്നി വഴങ്ങി കൊടുക്കും... അതൊക്കെ ഓർക്കുമ്പോൾ കരയാൻ തോന്നുന്നു.. ഇനി എന്ന് കാണും... ഇത്ര അകലത്തിൽ... കാണണം എന്ന് തോന്നിയാൽ എന്ത് ചെയ്യും എന്റെ നെല്ല്യാട്ടിൽ ഭഗവതീ..... കുട്ടേട്ടന്റെ വീട്ടിലെ കാര്യങ്ങളൊക്കെ തനിക്കറിയാം.എങ്കിലും കാണാതിരിക്കുന്നതെങ്ങയെന്ന് ഓർക്കുമ്പോൾ മനസ്സിലെന്തോ ഭാരം അനുഭവപ്പെടുന്നത് പോലെ .ഈ വിരഹവേദനയും താൻ

അനുഭവിച്ചേ മതിയാകൂ..അവൾ ഒരു നെടുവീർപ്പോടെ അകലേയ്ക്ക് നടന്നു മറയുന്ന പ്രസാദിനെ നോക്കി നിന്നു.

"ആമിചേച്ചി നട അടയ്ക്കും വേഗം വരൂ" പിന്നിൽ നിന്നും പ്രീതയുടെ സ്വരം അവളെ ചിന്തയിൽനിന്നുണർത്തി.

4
നാല്

മാനത്ത് വിധു മഴക്കാറിൽ മുങ്ങിയിരിക്കുന്നു. മേഘങ്ങൾ നിലാവുമായി ഓട്ടമൽസരം നടത്തുകയാണെന്ന് തോന്നും ഞാൻ ഞാൻ മുന്നിൽ എന്ന പോലെ. നല്ല തണുപ്പുണ്ടെങ്കിലും അവൻ വിയർത്തു കുളിച്ചിരുന്നു. പിറകിൽ ആരെങ്കിലും തന്നെ പിന്തുടരുന്നുണ്ടോ എന്ന ഒരു ഭയം അവനെ പിടികൂടിയിരുന്നു. പാടത്ത് നെല്ല് വിളവെടുപ്പിന്റെ കാലമായിരിക്കുന്നു. നെല്ല് മോഷ്ട്ടാക്കളുടെ ശല്ല്യം കാരണം ആളുകൾ പാറാവ് നിൽക്കുക പതിവാണ്. ആരെങ്കിലും കണ്ടാൽ തീർന്നു, എന്ത് ധൈര്യത്തിലാണ് താൻ ഇറങ്ങി പുറപ്പെട്ടതെന്നോർക്കുമ്പോൾ ഒരുൾക്കിടിലം തോന്നിയിരുന്നു പ്രസാദിന്. ഇതിനു മുമ്പ് ഒരു രാത്രി അവളെ കാണാൻ അവളുടെ വീട്ടിൽ താൻ പോയിട്ടുണ്ട്. കഴിഞ്ഞ വർഷം ക്ഷേത്രത്തിലെ ഉൽസവത്തിന്. അവൾക്ക് തീണ്ടാർരിക്കുന്നതിനാൽ അമ്പലത്തിൽ വരില്ലെന്നറിഞ്ഞപ്പോൾ ഒരു വാശിക്ക്.

മുള്ളുവേലി പടർപ്പിനിടയിലൂടെ ഊർന്നു കയറി പ്രസാദ് മെല്ലെ അവളുടെ വീടിന്റെ പിന്നാമ്പുറത്തെത്തി. വീടിന്നരികുപറ്റി ചേർന്നു ശബ്ദമുണ്ടാക്കാതെ നടന്നു. ഈ അവസരത്തിൽ ശ്വാസോച്ഛ്വാസം പോലും വളരെ പ്രയാസകരമെന്ന് അവന് തോന്നി.മെല്ലെ അവൾ കിടക്കുന്ന മുറിയിലെ ജനവാതിലിൽ തട്ടിയപ്പോൾ അവൻ കിതയ്ക്കുന്നുണ്ടായിരുന്നു. അവൾ പതുക്കെ ജനവാതിൽ തുറന്നു.

"ഞാൻ ഉറങ്ങാതെ കാത്തിരിക്കുകയായിരുന്നു. എന്താ ഇത്ര വൈകിയേ."

" ഇവിടെ വരെ എത്തിയ പാട് എനിക്കെ അറിയൂ. "

നേരിയ നിലാവെളിച്ചത്തിൽ അവളുടെ മുഖം കൂടുതൽ ശോഭയാർന്നത് പോലെ പ്രസാദിന് തോന്നി. ആമി രണ്ട് കൈകളും ജനലഴികളിൽ പിടിച്ചു അവനഭിമുഖമായി നിന്നു.പ്രസാദ് അവളുടെ കൈവിരലുകൾ തഴുകി.

"ഇനി എപ്പോഴാ നിന്നെ കാണുക" അവൻ ഗദ്ഗദത്തോടെ ചോദിച്ചു

"അത് ഞാൻ ആണൊ തീരുമാനിക്കേണ്ടത് " നേരിയ നിരാശ അവളുടെ വാക്കുകളിൽ സ്ഫുരിച്ചിരുന്നു.

"ഒരു നിമിഷം" അവൾ മെല്ലെ മൊഴിഞ്ഞു.

റൂമിൽ നിന്നും പുറത്തിറങ്ങി അടുക്കള വാതിൽ ശബ്ദമുണ്ടാതെ തുറന്നു. പ്രസാദ് നിൽക്കുന്നിടത്തേക്ക് പതുക്കെ നടന്നവനഭിമുഖമായി നിന്നു. അവൻ അവളെ കെട്ടിപ്പിടിച്ചു മൂർദ്ധാവിൽ ചുംബിച്ചു കൊണ്ട് പറഞ്ഞു

" ആമി, നിന്നെ കാണാതെ.... എനിക്ക് ആലോചിക്കാനേ വയ്യാ"

"കുട്ടേട്ടാ പോകണോ " അവൾ അവന്റെ മാറിൽ ഒതുങ്ങിക്കൊണ്ട് ചിണുങ്ങി.

"പോകാതെ പറ്റില്ലെടി. ഞാൻ അവിടെ എത്തിയിട്ട് കത്തെഴുതാം. നിനക്കുള്ള കത്ത് വീട്ടിലേക്ക് അയക്കാം . പ്രീത കൊണ്ട് വന്നു തരും. അവളോട് പറയാം. അവിടെ ഫോൺ ഉണ്ടെന്നു തോന്നുന്നു.ഫോൺ നമ്പർ ഞാൻ കത്തിൽ കുറിക്കാം. നിന്റെ വീട്ടിൽ ആളില്ലാത്ത അവസരങ്ങളിൽ നമുക്ക് സംസാരിക്കാലോ. പിന്നെ മാസം തോറും ഞാൻ നാട്ടിലേക്ക് വരും"

അവൻ അവളെ ഇരുകേപ്പുണർന്നു കൊണ്ട് ചുണ്ടിൽ അമർത്തി ചുംബിച്ചു.അവളിൽ നിന്നും ഉയർന്ന ആ ചന്ദനത്തൈലത്തിന്റെ ഗന്ധം അവനെ മത്തു പിടിപ്പിച്ചു.

ഏകദേശം രാവിലെ പത്ത് മണിയോട്കൂടി പ്രസാദ് മണിമല എന്ന കവലയിൽ ബസ്സിറങ്ങി. കൈയ്യിൽ ചെറിയ ഒരു എക്സിക്യൂട്ടീവ് ടൈപ്പ് ബാഗ്. വെള്ളയിൽ നീലക്കരയുള്ള ഒരു ഷർട്ടും കാപ്പിപ്പൊടി കളർ പാന്റും ആയിരുന്നു, അവന്റെ വേഷം. കഴിഞ്ഞ പിറന്നാളിന് ആമി ആരും കാണാതെ അവന് വാങ്ങി കൊണ്ട് കൊടുത്തതായിരുന്നു ആ ഷർട്ട്. അവൾ ടൈപ്പ് റൈറ്റിംഗ് പഠിക്കുന്ന ഇൻസ്റ്റിറ്റ്യൂട്ടിനടുത്ത് ഒരു

റെഡിമെയ്ഡ് കടയുണ്ട് അവിടെ നിന്നും എടുത്തതാണ്. അവൾക്കായി ഒരു കണ്മഷി പോലും താൻ ഇന്ന് വരെ വാങ്ങി കൊടുത്തിട്ടില്ല.

എവിടെ ഇറങ്ങണമെന്നും എങ്ങനെ പോകണമെന്നും എല്ലാം മുൻകൂട്ടി രാരിച്ചൻ അവനോട് വിശദമായി പറഞ്ഞിരുന്നു.കവലയിൽ നിന്നും ഏകദേശം രണ്ട് കിലോമീറ്റർ സഞ്ചരിക്കണം എസ്റ്റേറ്റിലേക്ക്. അതിൽത്തന്നെ ഒന്നര കിലോമീറ്ററോളം കാട്ടുവഴിയും. പലപ്പോഴും ആനക്കൂട്ടം വഴിയിൽ തടസമാകാറുണ്ട് .എല്ലാ ദിവസവും രാവിലെ മുതൽ വൈകുന്നേരം വരെ ജീപ്പ് മാത്രമേ അവിടേക്ക് സർവീസ് നടത്തുന്നുള്ളൂ. ആ നാട്ടിൽത്തന്നെ ജനിച്ചു വളർന്ന വർഗീസ്സിന്റെ ജീപ്പ്. വർഗീസ് തന്നെയാണ് മുതലാളിയും തൊഴിലാളിയും.

മണിമല ഒരു ചെറിയ ടൗൺ എന്ന് തന്നെ പറയാം, ആ നാട്ടുകാരെ സംബന്ധിച്ചിടത്തോളം. ഭാസ്കരൻ നായരുടെ ഒരു ചായക്കട ,ഹൈഡ്രോസ്സിന്റെ പലവ്യഞ്ജനക്കട, വറീത് ചേട്ടന്റെ തുണിക്കട, ഒരു പോസ്റ്റോഫീസ്, അശോകൻ ഡോക്ടറുടെ ഒരു ചെറിയ ഡിസ്പെൻസറി ഇത്യാതി സ്ഥാപനങ്ങൾ പല കടമുറികളിലായി പ്രവർത്തിക്കുന്നു. ചില കടമുറികളിലും വനഭൂമിയിൽ കുത്തിമറച്ച ചെറ്റകുടിലുകളിലുമായ് തോട്ടത്തിലെ തൊഴിലാളികളും പാർത്തു പോരുന്നുണ്ട്. എല്ലാവരും നല്ല സഹവർത്തിത്വത്തിൽ മുന്നോട്ട് പോകുന്നു. പ്രധാനപ്പെട്ട ഒരിടം വിട്ടുപോയ്. മത്തായിച്ചന്റെ ബാർബർ ഷാപ്പ് ലോകത്തിന്റെ നാനാകോണുകളിലുമുള്ള വാർത്തകളും ആ നാട്ടിലെ നാട്ടുവർത്തമാനങ്ങളും മത്തായിച്ചൻ വഴിയാണ് നാട്ടുകാർ അറിയുന്നത്. നാലാംകിട മഞ്ഞപ്പത്രക്കാര് പോലും എഴുതാൻ അറയ്ക്കുന്ന വാർത്തകൾ മത്തായി രാകിമിനുക്കി മസാലയൊക്കെ ചേർത്ത് നാട്ടുകാർക്ക് രുചിക്കാൻ കൊടുക്കും. നാട്ടിൻപുറത്തിന്റെ നേട്ടവും കോട്ടവും ഇടകലർന്നു പോകുന്ന ഒരു മലയോരപ്രദേശം. ജോലി ചെയ്തു അന്നന്നത്തെ ഭക്ഷണത്തിനുള്ള വക കണ്ടെത്തുന്ന സാധാരണക്കാരാണ് മിക്കവരും. അതിൽ കൂടുതൽ ആൾക്കാരുടെയും പ്രധാന ഉപജീവനമാർഗ്ഗം എസ്റ്റേറ്റ് ആണെന്ന് തന്നെ പറയാം. ഏതോ സായിപ്പിൽ നിന്നും കൈമാറി കൈമാറി രാരിച്ചന്റെ അപ്പച്ചൻ വാങ്ങിച്ചതാണ് എസ്റ്റേറ്റ്. രാരിച്ചന്റെ അപ്പച്ചൻ വാങ്ങിയതിന് ശേഷം എസ്റ്റേറ്റ് നന്നായി പരിപാലിച്ചു പോന്നു. അപ്പൻ മരണപ്പെട്ടതിന്

ശേഷം ഇപ്പോൾ എല്ലാ സ്ഥാപനങ്ങളും രാരിച്ചനാണ് നോക്കിനടത്തുന്നത്.

റേഡിയോയിൽ നിന്നും ബഹിർഗമിച്ചിരുന്ന ഏതോ ചലച്ചിത്രപിന്നണി ഗാനം കേട്ട് കടയിൽ ഭാസ്കരൻ നായർ ഇരുന്ന് ഉറക്കം തൂങ്ങുന്നു . പ്രസാദ് വന്ന പ്രൈവറ്റ് ബസ് അടുത്ത ട്രിപ്പിന് വേണ്ടി ആളുകളെ കാത്ത് ചായക്കടയ്ക്ക് സമീപം പാർക്ക് ചെയ്തിരുന്നു. അതിലെ ഡ്രൈവറും കണ്ടക്ടറും പ്രസാദിനൊ പ്പം ചായക്കടയിലേക്ക് കയറി. കണ്ടക്ടർ നായരോട് കുശലം പറഞ്ഞു.

"എന്ത്ന്നാ നായരേ, മൊകത്തൊരു തെളിച്ചൊല്ലാത്തെ . "

"എന്നാ ചെയ്യും കുഞ്ഞേ കച്ചവടം തീരെ മോശമാ "

"കച്ചോടംണ്ടേലും ഇല്ലേലും ഇങ്ങള മൊകത്ത് എപ്പോം ഒര് തൃപ്തിക്കൊറവാ നായരെ " കണ്ടക്ടർ നായരെ ഒന്നിരുത്താൻ നോക്കി.

"തനിക്ക് അങ്ങനെ പലതും തോന്നും. മനുഷ്യന്മാരുടെ ഓരോരോ വികാരവിചാരങ്ങൾ പിടിച്ചു കെട്ടാൻ പറ്റില്ല്യല്ലോ"

പക്ഷേ നായര് ഇരുന്നില്ല. 1971 കാലഘട്ടത്തിൽ ഇൻഡോ-പാക് യുദ്ധസമയത്ത് പട്ടാളത്തിൽ ചേർന്ന ആളാണ് ഭാസ്കരൻ നായർ. സാധാരണക്കാറരായ പട്ടാളക്കാരുടെ ഒരു പൊങ്ങച്ചം നായർക്കുണ്ട്. അങ്ങനെയല്ല അങ്ങു അതിർത്തിക്കടുത്ത് എതോ ചായക്കട നടത്തിയിരുന്നതാണ് ഭാസ്കരൻ നായരെന്നു ഒരുവിഭാഗം ആളുകൾ മൂപ്പര് കേൾക്കാതെ പറയും. അങ്ങനെ ഒരു സംശയം ആർക്കെങ്കിലും ഉണ്ടെങ്കിൽ ഭാസ്കരൻ നായർ വച്ചുപൊറുപ്പിക്കില്ല. പങ്കെടുത്ത യുദ്ധങ്ങളുടെയും തൊടുത്ത് വിട്ട ബോംബുകളുടെയും കഥകൾ വിശദമായി കാര്യകാരണസഹിതം ബോധിപ്പിച്ചിട്ടേ പുള്ളി ഇരയെ വിടൂ. ഒരിനം കൊല്ലാക്കൊല. ചില്ലലമാരയിൽ ഉപവിഷ്ടരായിരിക്കുന്ന പലഹാരങ്ങൾ പോലും ജീവനുണ്ടായിരുന്നെങ്കിൽ എഴുന്നേറ്റു ഓടി രക്ഷപ്പെടുമായിരുന്നു ....വധം........തേജോവധം.......... ഈ വധം കീചകവധത്തിനോട് ഉപമിച്ചു നോക്കിയാൽ കീചകനോട് ഭീമസേനൻ ചെയ്തത് ഒന്നുമല്ല എന്ന് തന്നെ പറയേണ്ടി വരും. ഭീമസേനൻ തന്റെ മുഷ്ട്ടികൾ കൊണ്ട് കീചകനെ ഞെരിച്ചു കൊന്നു. ഭാസ്കരൻ നായർ തന്റെ വാക്കുകൾ കൊണ്ട് കൊല്ലാകൊല ചെയ്യും എന്ന വ്യത്യാസം മാത്രം. ചായക്കടയിൽ ആളുകൾ കുറയുന്നതിന്റെ ഗുട്ടൻസ് മൂപ്പർക്ക് ഒഴിച്ചു ആ നാട്ടിലെ മുഴുവൻ പേർക്കും അറിയാം. ഭാസ്ക്കരൻനായർ

പ്രസാദി നെ ഒന്ന് സൂക്ഷിച്ചു നോക്കിക്കൊണ്ട് ചോദിച്ചു.

" ഈ കൊച്ചൻ ഏതാ.. "

അതിനു കണ്ടക്ടർ ആണ് മറുപടി പറഞ്ഞത് "മാഹീന്ന് എസ്റ്റേറ്റിലേക്ക് പുതിയതായി പണിക്ക് ബന്ന ചെറിയോന "

"നമ്മുടെ എസ്റ്റേറ്റിൽ ജോലിക്ക് വന്ന കൊച്ചനാന്നോ,തന്നെ ആന്നോ വർഗീസ് കാത്ത് കിടക്കുന്നെ. കുറച്ച് മുൻപ് ഇവിടുണ്ടായിരുന്നല്ലോ അവൻ ആ ജീപ്പിനടുത്തു കാണും, ..."

പുറത്ത് ഒരു ജീപ്പ് കിടക്കുന്നത് കാണാമായിരുന്നു. ജീപ്പിനകത്ത് നിന്നും സാമാന്യം തടിച്ച് അഞ്ചഞ്ചരയടിയോ ളം ഉയരമുള്ള ഒരു മനുഷ്യൻ ഇറങ്ങി ചായക്കടയിലേക്ക് നടന്നു വന്നു. കാക്കി ഷർട്ടും കൈലിയുമാണ് വേഷം.

ചുണ്ടിൽ കത്തിയെരിഞ്ഞു കൊണ്ടിരുന്ന ബീഡി ആഞ്ഞു വലിച്ച് അയാൾ ഒരു പുകവിട്ടു. എരിഞ്ഞു തീരാറായ ബീഡിക്കുറ്റി നിലത്ത് ഉപേ ക്ഷിച്ച് കടയിലേക്ക് കയറി. അയാൾ പ്രസാദിനെ നോക്കി ചിരിച്ചു. പ്രസാദും ഒന്ന് പുഞ്ചിരിച്ചു. അയാൾ പ്രസാദിനോട് പറഞ്ഞു.

"എസ്റ്റേറ്റിലേക്കല്ല്യോ. മുതലാളി പറഞ്ഞായിരുന്നു. അദ്ദേഹം എസ്റ്റേറ്റിൽ ഉണ്ട്. താങ്കളുടെ പേര്..."

" പ്രസാദ് "

"വീട് മുതലാളിയുടെ നാട്ടിലാണല്ല്യോ "

"അതെ"

അയാൾ പ്രസാദിന് അഭിമുഖമായുള്ള ഒരു ബെഞ്ചിൽ ഇരിപ്പുറപ്പിച്ചു. മേശപ്പുറത്ത് ഇരുന്നിരുന്ന പത്രം നിവർത്തി നോക്കി കൊണ്ട് നായരോട് പറഞ്ഞു "നായരേ ഒരു ചായ. പുലർച്ചെ തുടങ്ങിയ അലച്ചിലാ കഴിക്കാനും എന്തേലും എടുത്തോ." ശേഷം പ്രസാദിനോട് പറഞ്ഞു "വിശപ്പുണ്ടെങ്കിൽ എന്തെങ്കിലും കഴിച്ചോളൂ. എസ്റ്റേറ്റിൽ ഈ സമയം ഭക്ഷണം കിട്ടാൻ ബുദ്ധിമുട്ടായിരിക്കും "

തനിക്ക് അല്പം ചില്ലറ തടയുന്ന കാര്യമാണെന്നറിഞ്ഞപ്പോൾ അതുവരെ നിർവ്വികാരനായി കസേരയിൽ ചടച്ചിരുന്നിരുന്ന ഭാസ്കരൻ നായർ എഴുന്നേറ്റ് അടുക്കളയിലേക്ക് പോയി.

പുലർച്ചെ വീട്ടിൽ നിന്നു പുറപ്പെട്ടതായിരുന്നു. കട്ടൻ കാപ്പിയും ഒരു ചെറിയ ഏത്തക്കായും മാത്രമായിരുന്നു കഴിച്ചിരുന്നത്. ആ സമയം കൂടുതലായി ഒന്നും കഴിക്കാനുള്ള വിശപ്പ് തനിക്ക് തോന്നിയിരുന്നില്ല.

ഇപ്പോൾ ഒരാനയെ കിട്ടിയാൽ കഴിക്കാവുന്നത്ര വിശപ്പ് തോന്നുന്നു.

" ചേട്ടാ കഴിക്കാനെന്തേലും ഒണ്ടോ " പ്രസാദ് അല്പം ഉറക്കെ വിളിച്ചു ചോദിച്ചു.അടുക്കളയിൽ നിന്നും സ്റ്റീൽ പാത്രങ്ങൾ തമ്മിലുരസ്സുന്ന ശബ്ദം കേൾക്കാം.

"പുട്ടും കടലക്കറിയും എടുക്കാം അല്ലെ " മറ്റൊരു ചോദ്യത്തോടൊപ്പം അകത്ത് നിന്നും നായരുടെ മറുപടി വന്നു.

" ആ... കൂടെ ഒരു ചായയും എടുത്തോളൂ "

ആവി പറക്കുന്ന പുട്ടും കടലക്കറിയും ഭാസ്ക്കരൻനായർ മേശയിൽ കൊണ്ട് വന്ന് വച്ചു. തീരെ അമാന്തിച്ചില്ല. കടലക്കറിയോടൊപ്പം കൂട്ടിക്കുഴച്ച് പുട്ട് വയറ്റിലെത്തി. വിശപ്പൊന്നടങ്ങി. പിന്നാലെ നാടൻ പശുവിൻ പാലൊഴിച്ച ചായ തണുത്ത അന്തരീക്ഷത്തിൽ മൊത്തിമൊത്തിക്കുടിച്ചപ്പോൾ ഒരുണർവ്വ് തോന്നി. അവൻ പണം കൊടുത്ത്, ചായക്കടയിൽ നിന്നും ഇറങ്ങി വർഗീസിനെ അനുഗമിച്ചു.

ഈ സമയം കുറിയ, ഏകദേശം ഒരു പത്തറുപത് വയസ്സ് തോന്നിക്കുന്ന ആരോഗ്യദൃഢഗാത്രനായ ഒരു മനുഷ്യൻ വാഹനത്തിടുത്തേക്ക് വന്നു. വെള്ളമുണ്ടും ഷർട്ടും ധരിച്ചിരിക്കുന്നു.വട്ട മുഖം ക്ലീൻ ഷേവ്.

" ആ കൃഷ്ണൻ ചേട്ടാ, നിങ്ങളുടെ പുതിയ മാനേജർ വന്നിട്ടുണ്ട്. മുതലാളിയുടെ നാട്ടുകാരനാണ് " വർഗീസ് അയാളോട് പറഞ്ഞു. അപ്പോഴാണ് അയാൾ വണ്ടിക്ക് സമീപമുള്ള ചെറുപ്പക്കാരനെ ശ്രദ്ധിക്കുന്നത്.

" അത് നന്നായി. പുതിയ പ്ലാന്റേഷനിലും ഇലനുള്ളാൻ തുടങ്ങിയിട്ടുണ്ട്. എല്ലാം കൂടി ഓടിനടന്ന് എനിക്ക് മടുത്തു."അയാൾ അവനെ നോക്കി പുഞ്ചിരിച്ചു കൊണ്ട് പറഞ്ഞു. പ്രസാദും അയാളെ നോക്കി ചിരിച്ചു. അവർ മൂവരും വാഹനത്തിനുള്ളിലേക്ക് കയറി ഇരുന്നു. വർഗീസ് വാഹനത്തിന്റെ ആക്സിലേറ്ററിൽ കാലമർത്തി.

5

വർഗീസ് ഒരു സർക്കസ് അഭ്യാസിയുടെ മെയ് വഴക്കത്തോട് കൂടിയായിരുന്നു വാഹനം നിയന്ത്രിച്ചിരുന്നത്. പലപ്പോഴും വണ്ടിയിൽ നിന്നും താൻ പുറത്തോട്ടു തെറിച്ചു വീഴുമെന്ന് പ്രസാദിന് തോന്നി. അവൻ വാഹനത്തിൽ മുറുകെ പിടിച്ചിരുന്നു.

"കുഞ്ഞിന്റെ വീട്ടിൽ ആരൊക്കെയുണ്ട് " കൃഷ്ണേട്ടൻ ചോദിച്ചു.

"അമ്മയും അനിയത്തിയും....അച്ഛൻ രണ്ട് മാസങ്ങൾക്ക് മുൻപ് മരണപ്പെട്ടു "

മുൻസീറ്റിൽ ഇരിക്കുകയായിരുന്ന പ്രസാദ് പുറകിലേക്ക് നോക്കിക്കൊണ്ട് അറിയിച്ചു.

"ഇദ്ദേഹം നിങ്ങളുടെ എസ്റ്റേറ്റിന്റെ വാച്ചർ ആണ് " വർഗീസ് ഒരു വലിയ കുഴി വെട്ടിച്ച്, പ്രസാദിനെ പാളിനോക്കിക്കൊണ്ട് പറഞ്ഞു.

" ആണൊ. "

ചെറിയ ഒരു വളവിനപ്പുറം കാഴ്ചയിൽ സുന്ദരമായ ഓടുപാകിയ ഒരു ചെറിയ വീടിനു മുന്നിൽ വർഗീസ് വണ്ടി ബ്രേക്ക് ചെയ്തു നിർത്തി. കൃഷ്ണേട്ടൻ വണ്ടിയിൽ നിന്നും പുറത്തേക്ക് ഇറങ്ങി പ്രസാദ് ഇരുന്ന വശത്തേക്ക് നടന്നു.

" കുഞ്ഞ് മുതലാളിയെ കാണൂ. ഞാൻ കുറച്ചു കഴിഞ്ഞ് ബംഗ്ലാവിലേക്ക് വന്നേക്കാം "

വർഗീസ് വീണ്ടും ആക്സിലേറ്ററിൽ കാലമർത്തി വണ്ടി മുന്നോട്ടേക്ക് പായിച്ചു.ജീപ്പ് വീണ്ടും കുറച്ചു ദൂരം ഓടിയപ്പോൾ തേയിലച്ചെടികൾ കണ്ടു തുടങ്ങി. എവിടെയും പച്ചപ്പണിഞ്ഞ തേയിലച്ചെടികൾ. വലിയ മുൾക്കമ്പിയും കോൺഗ്രീറ്റുകുറ്റികളും കൊണ്ട് അതിരുതിരിച്ചിരിക്കുന്നു. താഴെ നിന്നും നോക്കിയാൽ മുകൾ

ഭാഗത്ത് തട്ട്തട്ട് ആയി ഭംഗിയിൽ ഒരുക്കി നിർത്തിയിരിക്കുന്ന തേയിലത്തോട്ടം. സ്ത്രീ തൊഴിലാളികൾ ജോലിയിൽ ഏർപ്പെട്ടിരിക്കുന്നു. അവരുടെ മുതുകിൽ കെട്ടി വച്ചിരിക്കുന്ന വലിയ കുട്ടയിൽ തേയിലനുള്ളി അവർ അതിവേഗം നിക്ഷേപിച്ചു കൊണ്ടിരിക്കുകയാണ്. പ്രസാദിന് അത് ഒരു കൗതുകമായ കാഴ്ചയായിരുന്നു. താൻ തന്റെ ഗ്രാമം വിട്ടു അതികം പുറത്തേക്ക് സഞ്ചരിച്ചിരുന്നില്ലല്ലോ. തന്റെ നാട്ടിൽ തേയിലത്തോട്ടങ്ങൾ ഒന്നും തന്നെ ഇല്ല.റബ്ബർ മരങ്ങൾ പോലും കുറവാണ്. വർഗീസ് ഇരുവശവും നോക്കി സൂക്ഷിച്ചാണ് വണ്ടി ഓടിച്ചത്.

"ഇവിടെ ആനശല്ല്യം ഒത്തിരി കൂടുതലാ രാത്രിയൊക്കെ സൂക്ഷിക്കണം. പകലും ചിലപ്പോൾ ഒറ്റയാൻ ഇറങ്ങും. ആ കമ്പിയേലൊക്കെ രാത്രി വൈദ്യുതി കടത്തി വിടും. ശ്രദ്ധിക്കണം കയറി പിടിക്കരുത് കാഞ്ഞുപോകും " പ്രസാദിന് ഭയം തോന്നി. ഈശ്വരാ ഈ കാട്ടിലാണെന്നറിഞ്ഞിരുന്നെങ്കിൽ താൻ ഈ ജോലിക്ക് വരുമായിരുന്നില്ല, വീട്ടിലേക്കാര്യമോർത്തപ്പോൾ അവന്റെ മുഖം വാടി. എങ്ങനെയെങ്കിലും പിടിച്ചു നിൽക്കുക തന്നെ. മറ്റൊരു പോംവഴി തനിക്കു മുന്നിൽ ഇല്ല.

ഒരു വലിയ ഗേറ്റിനു മുൻവശം വണ്ടി നിർത്തി, വർഗീസ് പറഞ്ഞു

" ആ ഗേറ്റ് ഒന്ന് തുറന്നെ"

അവൻ വണ്ടിൽ നിന്നും ഇറങ്ങി, ഗേറ്റ് തുറന്നു.

" കയറൂ "

അവൻ വീണ്ടും വണ്ടിയിൽ കയറി.ജീപ്പ് മുന്നോട്ടേക്കെടുത്തു.വലിയ ഒരു കൂറ്റൻ കെട്ടിടത്തിന് മുന്നിൽ വണ്ടി നിന്നു. പ്രസാദ് ബാഗുമായി വണ്ടിയിൽ നിന്നും ഇറങ്ങി. അവൻ ആ കെട്ടിടം ഒന്നുഴിഞ്ഞു നോക്കി. ഇത്രയും വലിയ ബംഗ്ലാവുകളൊക്കെ സിനിമകളിൽ താൻ ധാരാളം കണ്ടിട്ടുണ്ട്. ആദ്യമായാണ് നേരിട്ട് കാണുന്നത്.ഇത്രയും വലുപ്പമുള്ള ഈ കെട്ടിടത്തിൽ ഒരുപാട് മുറികളും കാണും.ഈ പടുകൂറ്റൻ കെട്ടിടം സ്ഥിതി ചെയ്യുന്ന സ്ഥലം മാത്രം ഏകദേശം അരയേക്കറോളം കാണും. ജനലുകൾക്കും വാതിലുകൾക്കുമെല്ലാം അസാധാരണ വലുപ്പം.

"എനിക്ക് വേറൊരു ഓട്ടം ഉണ്ട് ഞാൻ പിന്നീട് വരാം.ഓഫീസ് മുറിയിൽ മുതലാളി ഉണ്ടാകും. ചെന്ന് കണ്ടോളു" വർഗീസ് ഒരു ബീഡി

കത്തിക്കുന്നതിനിടയിൽ പറഞ്ഞു. തീപ്പെട്ടി പോക്കറ്റിലേക്ക് നിക്ഷേപിച്ച് ബീഡി ആഞ്ഞൊന്ന് വലിച്ച് പുകവിട്ടു. ബീഡി വായിൽ കടിച്ചുപിടിച്ചു ഗിയർ ലിവർ വലിച്ച് ഫസ്റ്റിലേക്ക് തട്ടി,അയാൾ അതിവേഗം ജീപ്പ് ഓടിച്ചുപോയി. പ്രസാദ് ചുറ്റും ഒന്ന് കണ്ണോടിച്ചു. പോർച്ചിൽ ഒരു ഫോർറെജിസ്റ്റേർഡ് ജീപ്പ് കിടക്കുന്നു. വിശാലമായ മുറ്റം. വെട്ടുകല്ലുകൾ പാകി മുറ്റം അതിര് തിരിച്ചിരിക്കുന്നു. മുറ്റത്തിനു വെളിയിൽ തേയിലച്ചെടികൾ പച്ചപ്പ് വിരിച്ചു നിൽക്കുന്നു. അതിനിടയിൽ തലയുയർത്തി നിൽക്കുന്ന, വിരലിലെണ്ണാവുന്ന യൂക്കാലിപ്സ് മരങ്ങളും കാണാം. തേയിലച്ചെടികൾ എവിടെയെല്ലാം വച്ചു പിടിപ്പിക്കാമോ അത്രയും ഭാഗങ്ങളെ തന്ത്രപരമായി ഉപയോഗിച്ചിരിക്കുന്നു.

പ്രസാദ് തന്റെ ബാഗുമായി, അകത്തേക്ക് കയറി. ഓഫീസ് മുറിലക്ഷ്യമാക്കി അവൻ നടന്നു.ബംഗ്ലാവിന്റെ ഉൾവശം ഒരു ഇരുട്ടറ പോലെ തോന്നിച്ചു. ധാരാളം മുറികൾ ഉണ്ടായിരുന്നു. രണ്ട്മൂന്നു മുറികൾ പിന്നിട്ടപ്പോൾ ഒരു മുറിയിൽ നിന്നും ട്യൂബ് ലൈറ്റിന്റെ പ്രകാശം അവൻ കണ്ടു. അവൻ ആ റൂമിലേക്ക് നോക്കി. റൂമിൽ ഒരു മേശക്ക ഭിമുഖമായി കസേരയിൽ ഇരുന്നു മുതലാളി എന്തൊക്കെയോ കടലാസു കൾ പരിശോധിക്കുകയായിരുന്നു.

മുറി ബനിയനും ചന്ദനക്കളർ വേഷ്ടിയും ആയിരുന്നു അയാളുടെ വേഷം.ചന്ദനക്കളർ ജുബ്ബാ ചുമരിൽ ആണിയേൽ കൊളുത്തിയിട്ടിരിക്കുന്നു . മുഖത്ത് ഒരു കണ്ണടയും കയ്യിൽ സ്വർണ്ണം പൂശിയ വില കൂടിയ ഒരു വാച്ചും അണിഞ്ഞിരുന്നു.

" സാർ " പ്രസാദ് ഭവ്യതയോടെ വിളിച്ചു.

രാരിച്ചൻ മുതലാളി ഒന്ന് കണ്ണിട്ടു അവനെ നോക്കി.

" ആ താൻ എത്തിയോ.. വരൂ " അയാൾ പുഞ്ചിരിച്ചു കൊണ്ട് പറഞ്ഞു.

അവൻ റൂമിലേക്ക് കയറി ഒരു ഭാഗത്തു ഒതുങ്ങി നിന്നു.

" യാത്രയൊക്കെ സുഖമായിരുന്നോ "

" അതെ സാർ "

സൗഹാർദ്ദപരമായിരുന്ന, അയാളുടെ അന്വേഷണം അവന് അൽപ്പം ആശ്വാസം തോന്നിച്ചു. വീട്ടിൽ പോയി സംസാരിച്ചപ്പോൾ ആള് ഇത്തിരി ചൂടനാണെന്നവന് തോന്നിയിരുന്നു. ചിലപ്പോൾ ആ

സമയം എന്തെങ്കിലും ടെൻഷൻ കാണും. ഇത്രയും സ്ഥാപനങ്ങൾ ഏറ്റെടുത്തു നടത്തുന്ന വ്യക്തിയല്ലേ.

" ഇവിടത്തെ കാര്യങ്ങളൊക്കെ പറയാം . എനിക്ക് കുറച്ചു കഴിഞ്ഞ് നാട്ടിലേക്ക് പോകണം. താൻ വരാൻ കാത്തിരിക്കുകയായിരുന്നു. പിന്നെ കാര്യങ്ങളൊക്കെ പറഞ്ഞു തരാൻ കൃഷ്ണൻ ഉണ്ട്. എന്തെങ്കിലും സംശയങ്ങൾ ഉണ്ടെങ്കിൽ അയാളോട് ചോദിച്ചാൽ മതി."

പ്രസാദ് തല കുലുക്കി.

"കാര്യങ്ങൾ എല്ലാം കറക്ട് ആയിരിക്കണം. ഇത് വലിയ ഉത്തരവാദിത്വമുള്ള ഒരു ജോലിയാണ്."

" ശരി സാർ "

"എല്ലാ ദിവസവും തൊഴിലാളികളുടെ കണക്ക് എടുക്കണം. ചരക്ക് കൊണ്ട് പോകുമ്പോൾ വളരെ ശ്രദ്ധിച്ചു കൈകാര്യം ചെയ്യണം. തൂക്കത്തിൽ തെറ്റ് പറ്റരുത്. ചുറ്റും ശ്രദ്ധ വേണം. പറ്റിക്കാൻ തക്കം നോക്കിയിരിക്കുന്ന വരാണ് ചുറ്റും. തന്റെ അച്ഛനെയും അമ്മാവനെയും ഒക്കെ ഓർത്തിട്ടാണ് തന്നെ ജോലിക്ക് വച്ചത്. എല്ലാ ശനിയാഴ്ചകളിലും രാവിലെ ചരക്ക് കവലയിലേക്ക് ജീപ്പിൽ കൊണ്ട് പോകണം അവിടെ ആണ് ലോറി വരുന്നത്. അതിലൊക്കെ നല്ല ശ്രദ്ധ വേണം. പേടിക്കേണ്ട സഹായിക്കാൻ കൃഷ്ണനും ഉണ്ടാകും "

" പിന്നെ തൊഴിലാളികളുടെ ശമ്പളവും കാര്യങ്ങളും ഒക്കെ കൃത്യമായി കണക്ക് എഴുതി വയ്ക്കണം. എല്ലാ മാസവും അത് കൃത്യമായി അവർക്ക് കൊടുക്കുവാനുള്ള ഏർപ്പാട് ചെയ്യണം. ഭക്ഷണത്തിന്റെ കാര്യങ്ങളൊക്കെ കൃഷ്ണനോട് ചോദിച്ചാൽ മതി അയാള് ഏർപ്പാട് ചെയ്തു തരും. പറഞ്ഞ കാര്യങ്ങളൊക്കെ മനസ്സിലായില്ലേ."

"അതെ സാർ "

"എന്നാൽ ബാഗ് കൊണ്ട് പോയി റൂമിൽ വയ്ക്കൂ.ഇവിടുന്നു വലതുവശം മൂന്നാമത്തെ റൂം ഉപയോഗിച്ചോളൂ. എല്ലാം തയ്യാറാക്കി വച്ചിട്ടുണ്ട് "

പ്രസാദ് മുറിക്ക് പുറത്തിറങ്ങി ചുറ്റുമൊന്നു കണ്ണോടിച്ച്, റൂം ലക്ഷ്യമാക്കി മുന്നോട്ടേക്ക് നടന്നു. അയാൾ പറഞ്ഞ റൂമിലേക്ക് അവൻ കയറി. റൂമിന്റെ ഒരുവശം ചേർന്നു ഒരു കട്ടിൽ കിടന്നിരുന്നു . അതിൽ ഭംഗിയുള്ള വിരിപ്പോട് കൂടി കിടക്കയും.ചെറിയ ഒരു മേശയും

കസേലയും റൂമിന്റെ മറ്റൊരു വശത്തായി ഉണ്ടായിരുന്നു.മേശയിൽ വെള്ളം പകർന്നു വയ്ക്കാനുള്ള ഒരു കൂജയും സ്റ്റീൽ ഗ്ലാസും.അത്യാവശ്യം വലിപ്പമുള്ള മനോഹരമായ ഒരു മുറി. പ്രസാദ് തന്റെ ബാഗ് റൂമിന്റെ ഒരു മൂലയിലേക്ക് ഒതുക്കി വച്ചു. അവൻ ജനവാതിലിനടുത്തേക്ക് നടന്നു.കൂറ്റൻ ഒരു ജനവാതിൽ. ഈട്ടിത്തടി കൊണ്ടുള്ളത്. ആ ജനവാതിൽ ആ ഭിത്തിയിൽ ഉറപ്പിക്കാൻ അതിന്റെ നിർമ്മാണ സമയത്ത് തൊഴിലാളികൾ എത്ര പാടുപെട്ടു കാണും. അവൻ നേരിയ ശബ്ദത്തോടെ ജനവാതിൽ തള്ളി തുറന്നു. തണുപ്പുള്ള കാറ്റ് മുറിയിലേക്ക് അരിച്ചു കയറി.കാറ്റിനു യൂക്കാലിപ്സിന്റെ ഗന്ധം. അവൻ ജനലിലൂടെ പുറത്തേക്ക് നോക്കി. പുറത്ത് വേലികെട്ടിത്തിരിച്ച തേയിലത്തോ ട്ടം കണ്ണെത്താദൂരത്തോളം പരന്നു കിടക്കുകയാണ്. അതിനും പിറകിൽ ദൂരെ നിബിഡവനം കാണാം. അവിടവിടെ ഒരുപറ്റം തൊഴിലാളികൾ തങ്ങളുടെ ജോലിയിൽ വ്യാപൃതരായിരുന്നു.

6
ആറ്

പ്രസാദ് ബംഗ്ലാവിന് പുറത്തിറങ്ങി. സമയം ഉച്ചയോടടുത്തിട്ടും പുറത്ത് നല്ല തണുപ്പുള്ള കാലാവസ്ഥയാണ്. തോട്ടം ഒന്ന് സന്ദർശിക്കാം എന്ന് കരുതി അവൻ മുറ്റത്തേക്ക് കാലെടുത്തു വച്ചതും കൃഷ്ണൻ ഗെയിറ്റ് കടന്ന് നടന്നു വരുന്നത് കണ്ടു.

" കൃഷ്ണേട്ടാ, " അവൻ അഭിവാദ്യം ചെയ്തു .

" കുഞ്ഞ് മുതലാളിയെ കണ്ടോ " അവൻ തലയാട്ടി.

"ജോലിയൊക്കെ അദ്ദേഹം പറഞ്ഞു തന്നില്ലേ. പേടിക്കാനൊന്നും ഇല്ല. ഞാൻ ഇരിക്കുവല്ലേ. എല്ലാം നന്നായി വരും..."

അവൻ മറുപടിയായി ഒന്ന് ചിരിക്കുക മാത്രം ചെയ്തു.

"കൃഷ്ണേട്ടാ നമുക്ക് ഒന്ന് തോട്ടം ചുറ്റിയടിച്ചു വരാം "

"അതിനെന്താ കുഞ്ഞേ ഞാൻ വരാലോ..ഇത് വഴി പോകാം"

അയാൾ ചൂണ്ടിക്കാണിച്ച ഒരു വഴിയിലൂടെ നടന്നു.നടക്കുന്നതിനിടയിൽ അവൻ ചോദിച്ചു.

"കൃഷ്ണേട്ടൻ ഇവിടെ എത്ര വർഷമായി ജോലി ചെയ്യാൻ തുടങ്ങിയിട്ട് "

" ഞാൻ ഒരു പത്ത്മുപ്പതു വർഷം ആയി കുഞ്ഞേ ഇവിടെ ജോലി ചെയ്യുന്നു.

മുതലാളിയുടെ അപ്പനാ എന്നെ ഇവിടെ കൊണ്ടു വന്നത്.നല്ല തങ്കപ്പെട്ട മനുഷ്യനായിരുന്നു, അദ്ദേഹം.എനിക്ക് നാട്ടിൽ രണ്ട് സഹോദരിമാരും ഒരു സഹോദരനും ഉണ്ട്.അമ്മയും അച്ഛനും നേരത്തെ അങ്ങ് പോയി കുഞ്ഞെ.വിവാഹത്തിനു ശേഷം, ഇത്തിരി സമ്പാദ്യം ഉണ്ടായിരുന്നത് ചേർത്ത് ഇവിടെ ചെറിയ ഒരു സ്ഥലം വാങ്ങി

വീടു വച്ചു. താമസിക്കുന്ന വീട് കുഞ്ഞ് ഇന്ന് കണ്ടില്ലേ്യാ. ഭാര്യയും മകളും ഉണ്ട്. എന്റെ ഭാര്യയും ഇവിടെ ജോലിക്ക് വരുന്നുണ്ട്.അവിടെ വെറുതെ ഇരുന്നേച്ച് എന്നാ കാണിക്കാൻ ഇവിടെ വന്നാൽ അവൾക്ക് കഴിയുന്നതെന്തേലും ചെയ്താൽ കൂലി കിട്ടുമല്ലോ എന്ന് കരുതി ഞാൻ തന്നെ മുതലാളിയോട് പറഞ്ഞു ഏർപ്പാടാക്കി കൊടുത്തതാണ്. ബംഗ്ലാവ് വൃത്തിയാക്കാനും, പിന്നെ തോട്ടത്തിൽ ജോലി ചെയ്യുന്ന പെണ്ണുങ്ങളെ സഹായിക്കാനും മറ്റും. ശിവപുരത്താണ് ഞങ്ങളുടെ നാട്. അതിന്റെ അടുത്തെങ്ങാണ്ടല്ലേ്യാ കുഞ്ഞിന്റെ നാട്...."

" അതെ മാഹി, കേട്ടിട്ടുണ്ടോ... "

" മ്മ്...കേട്ടിട്ടുണ്ട്.. ഒന്ന് രണ്ട് തവണ വന്നിട്ടും ഉണ്ട്....അവിടെ അല്ലെ പ്രശസ്ത സാഹിത്യകാരൻ എം മുകുന്ദൻ. കുഞ്ഞിന്റെ വീടിനടുത്തെങ്ങാണ്ടാണോ ..."

" എന്റെ വീടിനടുത്തല്ല.. പുഴയ്ക്കപ്പുറമാണ് അദ്ദേഹത്തിന്റെ വീട്. എന്റെ നാട്ടിൽ നിന്നും ഒരു നാലഞ്ചു കിലോമീറ്റർ അപ്പുറമാണ്, മൂപ്പര്. മാഹി സെമിത്തേരിയിലേക്ക് പോകുന്ന വഴിയ്ക്കാ. മൂപ്പരുടെ കൃതി ഏതേലും വായിച്ചിട്ടുണ്ടോ "

"ചെറുപ്പത്തിൽ വായിക്കുമായിരുന്നു കുഞ്ഞേ. പിന്നെ ജോലിയൊക്കെയായി ആ താൽപ്പര്യം അങ്ങ് പതുക്കെ പോയി. അവരൊക്കെ തോന്നുന്നത് അങ്ങെഴുതിവയ്ക്കുവല്ലേ്യാ... അതൊക്കെ ശ്രദ്ധിയ്ക്കാൻ ആർക്കാ ഇപ്പോൾ നേരം "

"കുഞ്ഞേ ഭക്ഷണം മുതലാളി വീട്ടിൽ നിന്നും കുഞ്ഞിന് തരാൻ പറഞ്ഞിരിക്കുവാ"

"അതൊക്കെ നിങ്ങൾക്ക് ബുദ്ധിമുട്ടല്ലേ കൃഷ്ണേട്ടാ.ഞാൻ കഴിയുന്നത് പോലെ വല്ലതും ഒണ്ടാക്കി കഴിച്ചോളാം..."

"ഞങ്ങൾക്ക് എന്ത് ബുദ്ധിമുട്ട്..വായ്ക്ക് രുചിയായ് വല്ലതും കഴിക്കാലോ കുഞ്ഞിന്. എല്ലാം മുതലാളി പറഞ്ഞേൽപ്പിച്ചിരിക്കുവാ... അങ്ങേര് പറയുന്നത് അനുസരിച്ചില്ലേൽ പിന്നെ ശകാരിക്കും. എന്നാൽ ഇനി മുതൽ താൻ പറയുന്നത് ഞാൻ കേൾക്കാം എന്ന് പറയും.വെറുതെ പുള്ളിയുടെ വായിലുള്ളത് എന്നെ കേൾപ്പിക്കണോ കുഞ്ഞേ "

ഒരു മണിക്കൂറോളം ഞങ്ങൾ തോട്ടത്തിൽ ചുറ്റിക്കറങ്ങി. കൃഷ്ണേട്ടൻ തോട്ടം തൊഴിലാളികൾക്ക് എന്നെ പരിചയപ്പെടുത്തി.

പലരും ഭവ്യതയോടെ അഭിവാദ്യം ചെയ്തു. ഏകദേശം മുന്നൂറോളം സ്ത്രീത്തൊഴിലാളികൾ തോട്ടത്തിൽ ജോലി ചെയ്യുന്നുണ്ടെന്ന് കൃഷ്ണേട്ടൻ പറഞ്ഞു. ഒരു പത്തറുപതോളം പുരുഷന്മാരായ തൊഴിലാളികളും. പുരുഷന്മാരായ തൊഴിലാളികൾ ഏറിയ പങ്കും ചുമട്ടുതൊഴിലാളികളാണ്. എല്ലാവരും നല്ല പെരുമാറ്റം. സമയം ഏകദേശം ഉച്ചയോടടുത്തപ്പോൾ ഞങ്ങൾ കൃഷ്ണേട്ടന്റെ വീട്ടിലേക്ക് തിരിച്ചു.

ചെറിയ മനോഹരമായ ഓട് മേഞ്ഞ ഒരു വീടായിരുന്നു അത്. വീടിന്റെ ഇടത്തെവശം ഒരു ചെറിയ കിണറും വലത്തെ വശം ഒരരിക് ചേർന്നു ഒരു ആട്ടാലയും ഉണ്ടായിരുന്നു. മുറ്റത്ത് നാലഞ്ച് ആട്ടിൻ കുഞ്ഞുങ്ങൾ ഓടിച്ചാടി നടക്കുന്നുണ്ടാ യിരുന്നു. മുറ്റത്ത് ഒരു മരത്തിൽ തള്ളയാടിനെ കെട്ടിയിട്ടിരുന്നു. പറമ്പി ൽ അങ്ങിങ്ങായി കോഴിക്കൂട്ടങ്ങളും കൊത്തിപെറുക്കുന്നുണ്ട്.

പ്രസാദിനെ കണ്ടപ്പോൾ ഏകദേശം നാൽപ്പത്തഞ്ചൻപത് വയസ്സിനിടയിൽ മതിപ്പുള്ള ഒരു സ്ത്രീ അവർക്കരികിലേക്ക് വന്നു. ബ്ലൗസ്സും ലുങ്കിയും അതിനു മുകളിൽ രണ്ടാം മുണ്ടുമായിരുന്നു അവരുടെ വേഷം. അൽപ്പം തടിച്ച് വെളുത്ത് കാഴ്ചയിൽ ആഢ്യത്വം തുളുമ്പുന്ന ഒരു സ്ത്രീ.

" കൃഷ്ണൻ ചേട്ടൻ പറഞ്ഞായിരുന്നു എസ്റ്റേറ്റിൽ പുതിയൊരു കൊച്ചു വരുന്നെന്നു. ഈനാട് ഇഷ്ടപ്പെട്ടോ കുഞ്ഞിന് " അവർ ചെറു പുഞ്ചിരിയോട് കൂടി ചോദിച്ചു .

" നീ എന്തുവാ പറയുന്നേ പുഷ്പേ ആ കുഞ്ഞു വന്നു കയറിയില്ല. അതിന് മുൻപ് അവളു ചോദിക്കുവാ നാടിഷ്ട്ടപ്പെട്ടോ എന്ന് " കൃഷ്ണേട്ടൻ ഭാര്യയോട് അല്പം ഈർഷ്യ കാണിച്ചു.

" അതെ, കാലാവസ്ഥ കുറച്ച് കടുപ്പമാ.ഈ തണുപ്പ് സഹിക്കാൻ മേല " അവരുടെ മുഖം അല്പം മങ്ങിയത് മനസ്സിലാക്കിയ ഞാൻ പറഞ്ഞു.

" അതങ്ങനെയാ കുഞ്ഞേ തണുപ്പും മഴയും എല്ലാം മറ്റു സ്ഥലങ്ങളെ അപേക്ഷിച്ചു ഇവിടെ കുറച്ചു കൂടുതലാ.. മഴയാന്നെ നിന്നങ്ങു പെയ്യും ...ഒരു തരത്തിലും സമ്മതിക്കത്തില്ല. "അവർ

ആശങ്കയറിയിച്ചു.

" ഇതാണ് എന്റെ സഹധർമ്മിണി പുഷ്പ.അത് മകൾ രജനി... " കൃഷ്ണേട്ടൻ അല്പം അകലെ നിൽക്കുകയായിരുന്ന മകളെ ചൂണ്ടി കാണിച്ചു കൊണ്ട് പരിചയപ്പെടുത്തി. അപ്പോഴാണ് ഞാൻ കുറച്ചു മാറി റബ്ബർമരങ്ങൾക്കിടയിൽ കെട്ടിവച്ചിരുന്ന അഴയിൽ തുണി വിരിച്ചുകൊണ്ടിരുന്ന സുന്ദരിയായ ഒരു യുവതിയെ ശ്രദ്ധിക്കുന്നത്. അഴയിൽ ഉണങ്ങാൻ വിരിച്ചിരുന്ന തുണികൾക്കിടയിൽ പെട്ടെന്ന് ഞാൻ ശ്രദ്ധിച്ചിരുന്നില്ല എന്നതാണ് സത്യം. ദൈവം അനുഗ്രഹിച്ചു നൽകിയ മുന്നും പിന്നും ചേർന്ന അവളിലെ അംഗ ലാവണ്യം ആണായി പിറന്ന ആരും ഒന്ന് നോക്കി നിന്നു പോകും. നിറഞ്ഞു തുളുമ്പുന്ന യൗവ്വനം അതിന്റെപടി വാതിൽക്കലെത്തി നിൽക്കുകയാണവളിലൂടെ. തന്നെ നോക്കി അവൾ പുഞ്ചിരി തൂകി.

ചിരിക്കുമ്പോൾ അവളുടെ കവിളിൽ നുണക്കുഴി തെളിഞ്ഞു. അവനും അവ ളെനോക്കി ചിരിച്ചു. പൊന്നിന്റെ നിറമാ യിരുന്നു അവൾക്ക്. പ്രസാദിന് അത്ഭുതം തോന്നി ഈ കാട്ടു പ്രദേശ ത്ത് ഇത്രയും സുന്ദരിയായ ഒരു പെൺകുട്ടി. ഒരു നാടൻ പെണ്ണിന്റെ നിഷ്കളങ്കതയും ശ്യാലീനതയും ഒത്തി ണങ്ങിയ ഒരു സുന്ദരിക്കൊച്ച്.

"ഞാൻ ഊണെടുത്ത് വയ്ക്കട്ടെ "

കൃഷ്ണേട്ടന്റെ സഹധർമ്മിണി അടുക്കളയിയിലേക്ക് വലിഞ്ഞു.

"കുഞ്ഞു കിണറ്റിൽ കരയിൽ നിന്നും കൈ കഴുകി കയറി ഇരുന്നോളൂ . ഞാൻ രണ്ട് വാഴയിലക്കഷണം വെട്ടിക്കൊണ്ട് വരാം "

കൃഷ്ണേട്ടൻ ചെറിയ ഒരു കത്തിയുമായി പറമ്പിന്റെ പിന്നാമ്പുറത്തേക്ക് നടന്നു. പ്രസാദ് കൈ കാൽ കഴുകി, വീടിന്റെ പൂമുഖത്ത് കയറി ഇരുന്നു.

" ഊൺ എടുത്തു വച്ചിട്ടുണ്ട് " പുഷ്പ അടുക്കളയിൽ നിന്നും വിളിച്ചു പറഞ്ഞു.

മുറികളും അടുക്കളയും വലിയ വലുപ്പം ഇല്ലെങ്കിലും നന്നായൊരുക്കി വച്ചിരുന്നു. പലതരത്തിലുള്ള ചിത്രങ്ങൾ ഫ്രെയിം ചെയ്ത് ചുവരിൽ ഭംഗിയായി അലങ്കരിച്ചിരുന്നു. ഒരു പ്രത്യേക അടുക്കും ചിട്ടയും ഓരോ മുറികളിലും വ്യക്തമായുണ്ട്. രജനി ചിത്രകലയിൽ കഴിവുള്ളവളാണെന്ന് പ്രസാദിന് തോന്നി. സംസാരത്തിനിടയിൽ കൃഷ്ണേട്ടൻ അത് എടുത്ത് പറയുകയും

ചെയ്തു. എല്ലാം അവളുടെ ഓരോ കമ്പം.അതിന്റെയെല്ലാം പിന്നിൽ രജനിയാണെന്ന്.

ഊണിന് മേശപ്പുറത്ത് ഒരുപാട് വിഭവങ്ങൾ തയ്യാറാക്കി വച്ചിരുന്നു. പുഷ്പയും രജനിയും ആതിഥേയമര്യാദയോടു കൂടി വേണ്ട വിഭവങ്ങൾ ചോദിച്ചും ചോദിക്കാതെയും വിളമ്പി. നല്ല വയനാടൻ മട്ടയരിയും, വറുത്ത തേങ്ങ ചുട്ടരച്ചു വച്ച മണവും രുചിയുമുള്ള സാമ്പാറും കണ്ണിമാങ്ങാ അച്ചാറും പച്ചടിയും പപ്പടവും രസ്സവും മെഴുക്കു പുരട്ടിയും ഒക്കെ ആയി ഒരു ചെറുസദ്യ എന്ന് തന്നെ പറയാം . ഇത്രയും മനോഹരമായ ഒരു നാടൻ ഊണ് താൻ ഇതിനു മുൻപ് കഴിച്ചിരുന്നില്ല എന്ന് പ്രസാദിന് തോന്നി. നാട്ടിൽ തലായി വേണുഗോപാല ക്ഷേത്രത്തിലെ വാർഷികോൽസവത്തിന് പട്ടര്മാർ പാകം ചെയ്യുന്ന ഊണുണ്ട്.അതിന് മാത്രമാണ് ഇതേപോലെ രുചി തോന്നിയിരുന്നത് ഉത്സവത്തിന്റെ ഏഴ് ദിവസവും, മുഴുവൻ നാട്ടുകാർക്കും ഉച്ചയ്ക്ക് ഭക്ഷണം ക്ഷേത്രത്തിൽ നിന്നും നൽകിയിരുന്നു. .അവരുടെ നിർബന്ധത്തിനു വഴങ്ങി ഒരു പാട് കഴിക്കുകയും ചെയ്തു. ഓരോ വിഭവങ്ങളും ഒന്നിനൊന്ന് മെച്ചം. ആ സ്ത്രീയുടെ കൈപ്പുണ്യം അപാരം. അല്ലെ രജനിയുടേതോ. രണ്ടുപേരും ചേർന്നൊരുക്കിയതായിരിക്കുമോ....? എന്തായാലും വിഭവസമൃദ്ധമായ ഊണ്.....!

കൈകഴുകാൻ എഴുന്നേൽക്കുമ്പോൾ അവർക്ക് എന്തോ ശങ്കപോലെ കുഞ്ഞിന് ആഹാരം ഇഷ്ടപ്പെട്ടോ എന്തോ.. ഇത്രയും രുചികരമായ ആഹാരം താൻ ഇതുവരെ കഴിച്ചിട്ടില്ലായിരുന്നു എന്നു അവരോട് പറയണം എന്ന് തോന്നി എനിക്ക്, പിന്നെ വേണ്ടെന്നു വച്ചു.

7

ഏഴ്

ദിവസങ്ങൾ ആർക്ക് വേണ്ടിയും കാത്തു നിൽക്കുന്നില്ല. രാത്രികൾ പകലുകൾക്കും പകലുകൾ രാത്രികൾക്കും പരസ്പരം വിടയോതി. ആമിയെക്കുറിച്ച് ഓർമ്മിയ്ക്കാത്ത ദിവസങ്ങളില്ല. അവളും തന്നെ ഓർത്തിരിക്കുകയാവും. അവൾ അടുത്ത് ഇല്ലാത്തപ്പോഴാണ് അവളെ താൻ എത്രമാത്രം സ്നേഹിയ്ക്കുന്നുവെന്ന സത്യം താൻ മനസ്സിലാക്കിയിരുന്നത്. നാട്ടിയായിരുന്നപ്പോൾ ചില സന്ദർഭങ്ങളിൽ അവളോട് സംസാരിക്കാൻ കഴിഞ്ഞിരുന്നില്ലെങ്കിലും കാണുവാനെങ്കിലും സാധിച്ചിരുന്നു . ഒന്ന് കാണണം എന്ന് തോന്നിയാൽപ്പോലും അവളിലേക്ക് എത്തിപ്പെടാൻ കഴിയാത്ത വിധം താൻ എത്ര അകലെയാണെന്നത് ദുഃഖകരമാണ്. ഇനിയെത്ര നാൾ ഇങ്ങനെ കാത്തിരിയ്ക്കണം. ദിവസങ്ങളോ മാസങ്ങളോ അതൊ വർഷങ്ങളോ...അവൾ തന്റേതാവാൻ. അതോ അവൾ തന്റെതാകില്ലേ. ഇത്തരം കാര്യങ്ങൾ ആലോചിക്കുമ്പോൾ പലപ്പോഴും ഒരെത്തുംപിടിയും കിട്ടാറില്ല.

ഏറിവന്നാൽ നാലോ അഞ്ചോ ദിവസങ്ങൾ അതിനപ്പുറം രണ്ടു പേർക്കും പരസ്പരം കാണാതെ വയ്യ. അച്ഛന്റെ മരണം നടന്ന ആ ദിവസവും അതിനു ശേഷവുമുള്ള മിക്കവാറും ദിവസങ്ങളിൽ ആമി വീട്ടിൽ വന്നിരുന്നു. അവളുടെ വരവ് തനിക്കു ഒരുപാട് ആശ്വാസമേകി. വീട്ടിൽ നിന്ന് കാണുന്നതിനുള്ള അവസരങ്ങൾ ഇല്ലെങ്കിൽ അമ്പലത്തിലോ ഇടവഴികളിലോ വയൽ വരമ്പുകളിലോ സംഗമിയ്ക്കാറുണ്ട്. അവളും വിഷമിക്കുകയാവും. ഇവിടെ താൻ വന്നിട്ട് മൂന്നാഴ്ചകൾ കഴിഞ്ഞിരിക്കുന്നു. തന്നെ മറന്നോ എന്ന്

കരുതുകയാകും അവൾ. ചെറിയ ഒരു കാര്യം മതി പിണങ്ങാൻ. ഇവിടത്തെ വിവരങ്ങൾ വച്ച് അവൾക്കും വീട്ടിലേക്കും ഓരോ കത്ത് വീതം ഇവിടെ വന്നത് മുതൽ എഴുതണം എന്ന് ആലോചിക്കുന്നു. ഓരോരോ കാരണങ്ങൾ കൊണ്ട് നീണ്ടു പോകുന്നു.തന്റെ വിവരങ്ങൾ അറിയാൻ അവൾ കണ്ണിലെണ്ണയൊഴിച്ചു കാത്തിരിയ്ക്കു കയാകും. അമ്മയും പരിഭ്രമിച്ചിരിക്കുകയാവും. അവൾ ഒരു നൂറ് പ്രാവശ്യം പ്രീതയോട് ചോദിച്ചു കാണും 'കത്ത് വന്നില്ലേ എന്ന്' .പ്രീത മറുപടി പറഞ്ഞും മടുത്തു കാണും.രണ്ടും വീട്ടിലേക്ക് അയക്കാം. പ്രീതയോട് പറഞ്ഞിട്ടുണ്ട് അവൾക്കുള്ള കത്ത് ആരും കാണാതെ അവളെ ഏൽപ്പിക്കണമെന്ന്. വർഗീസ് ഇച്ചായനോട് ടൗണിൽ നിന്നും മടങ്ങുമ്പോൾ ഇൻലൻഡോ പോസ്റ്റ് കവറോ വാങ്ങാൻ പറയണം. ഇവിടെ ടെലിഫോൺ ഉണ്ടായിരിക്കുമെന്നാണ് താൻ കരുതിയിരുന്നത്. നിർഭാഗ്യവശാൽ ടെലിഫോൺ കണക്ഷൻ കിട്ടിയിരുന്നില്ല. അത് താൻ തീരെ പ്രതീക്ഷിച്ചിരുന്നില്ല. ഇത്രയും വലിയ തോട്ടങ്ങളിൽ സാധാരണ ടെലിഫോൺ ഉണ്ടാകാറുണ്ട്. കൃഷ്ണേട്ടനോട് ചോദിച്ചപ്പോൾ ഈ ഭാഗത്ത് ടെലിഫോൺ കണക്ഷൻ എത്തിയിട്ടില്ലെന്ന് പറഞ്ഞു .സമീപഭാവിയിൽ വരാനുള്ള സാധ്യതയുണ്ടെന്നും അദ്ദേഹം കൂട്ടിച്ചേർത്തു.ഈ ഓണംകേറാദിക്കിൽ എന്ന് വരും ആവോ.വൈദ്യുതി കണക്ഷനുള്ളത് തന്നെ എന്തോ ഭാഗ്യം.അതും ചില സന്ദർഭങ്ങളിൽ ഉണ്ടാകാറില്ല. പ്രത്യേകിച്ചും ഒരു മഴയോ കാറ്റോ വന്നാൽ വൈദ്യുതിയും പണിമുടക്കും. ശരിക്കും പേടിപ്പെടുത്തുന്ന ഒരു അന്തരീക്ഷമാണ് രാത്രിയിൽ കൃഷ്ണേട്ടൻ കൂട്ടിനുള്ളത് ഒരു വലിയ ആശ്വാസമാണ്. നാട്ടിൽ ആമിയുടെ അച്ഛൻ അവൾക്ക് വിവാഹാലോചനകൾ നോക്കിത്തു ടങ്ങിയിട്ടുണ്ട്. എന്തെങ്കിലും അവിചാരിത സംഭവവികാസങ്ങൾ ഉണ്ടെങ്കിൽ താൻ എങ്ങനെ അറിയും. ടെലിഫോൺ ഉണ്ടായിരുന്നെങ്കിൽ എങ്ങനെയെങ്കിലും കാര്യങ്ങൾ പരസ്പരം അറിയാമായിരുന്നു . ഇവിടത്തെ നമ്പർ അവളെ കത്തിൽ അറിയിച്ചാൽ മതി.അച്ഛൻ വീട്ടിൽ നിന്നും പുറത്ത് പോയ തക്കം നോക്കി അവൾ അമ്മയെ കബളിപ്പിച്ചു വിളിക്കുമായിരുന്നു. പക്ഷേ ആ വഴിയും അടഞ്ഞിരിക്കുന്നു. ഏതായാലും അടുത്ത ആഴ്ച ഒന്ന് നാട്ടിൽ പോകണം. അവളെ കാണണം. വീട്ടിലെ കാര്യങ്ങളും സാമ്പത്തികമായി ആകെ കുഴഞ്ഞു മറിഞ്ഞു കിടക്കുക യാണ്.

ലോണിന്റെ കാര്യങ്ങൾ ഒന്ന് ബാങ്ക് മാനേജരുമായി സംസാരിച്ച് അല്പം പൈസ്സ അടയ്ക്കണം. ഇപ്പോൾ തന്നെ ഒരുപാട് വൈകി.മുതലാളി വന്നാൽ ഒന്ന് ചോദിച്ചു നോക്കാം.

തിങ്കൾ മുതൽ വെള്ളി വരെ തൊഴിലാളികളുടെ കണക്കെടുപ്പ് കഴിഞ്ഞാൽ വലിയ ജോലിയൊന്നും തനിക്കു പിന്നെ ഇല്ല. തോട്ടത്തിലൂടെ ഒന്ന് രണ്ടു തവണ റോന്ത് ചുറ്റും. ശനിയാഴ്ചയാണ് തനിക്കു പിടിപ്പത് പണിയുള്ളത്. രാവിലെ ഏഴ് മണിക്ക് തുടങ്ങുന്ന ലോഡിങ്ങും കണക്കും കാര്യങ്ങളും എല്ലാം രജിസ്റ്ററിൽ എഴുതി ചേർത്ത് എല്ലാം ഒപ്പിച്ചു വരുമ്പോഴേയ്ക്കും രാത്രി എട്ടു മണിയാകും .ശനിയാഴ്ച രാത്രികളിൽ കൃഷ്ണേട്ടന്റെ വീട്ടിൽ നിന്നും രാത്രി അത്താഴം കഴിഞ്ഞു തിരിച്ചു വരുന്നത് താൻ മുൾമുനയിലാണ്. ആനശല്യം കാരണം ശനിയാഴ്ച അത്താഴം കഴിക്കുക എന്നത് തനിക്ക് വലിയ ഒരു വെല്ലുവിളിയായിത്തീർന്നിരിക്കുന്നു. ശനിയാഴ്ചത്തെ അത്താഴം കഴിപ്പ് ഒഴിവാക്കുന്നതിനെപറ്റി പലപ്പോഴും താൻ ചിന്തിച്ചിട്ടുണ്ട്. ആദ്യം കൃഷ്ണേട്ടൻ കൂടെ കൂട്ടുവരാറുണ്ട്. എപ്പോഴും അവരെ ബുദ്ധിമുട്ടിക്കുന്നതും ശരിയല്ലല്ലോ. അത് മാത്രമല്ല എന്നും അവരോട് കൂട്ടിനു വരാൻ പറയാൻ കൊച്ചു കുഞ്ഞും അല്ലല്ലോ താൻ.അവർ വാച്ചർ ആയത് കൊണ്ട് വൈകുന്നേരം മുതൽ ഇവിടെ ബംഗ്ലാവിൽ വേണം. ശരിക്കും അവരുടെ ജോലി സമയം സന്ധ്യ മുതൽ രാവിലെ വരെയാണ്.അങ്ങനെ സമയംക്രമം വച്ച് കൃഷ്ണേട്ടൻ ജോലി ചെയ്യുന്നതും താനിതുവരെ കണ്ടിട്ടില്ല. പകലും ബംഗ്ലാവിൽ കാണും. ജോലിക്കാരോടൊക്കെ കുശല പ്രശ്നം നടത്തി അവരങ്ങനെ തോട്ടത്തിൽ നടക്കും. നല്ല ഒരു ആത്മാർത്ഥതയുള്ള ഒരു മനുഷ്യൻ.ബാക്കിയുള്ള ദിവസങ്ങളിൽ അത്താഴം ചിലപ്പോൾ കൃഷ്ണേട്ടൻ കൊണ്ട് വന്നു തരും അല്ലെ ഇരുട്ടുന്നതിനു മുൻപ് താൻ പോയ് വാങ്ങിച്ചു കൊണ്ട് വരും. ശനിയാഴ്ച ദിവസങ്ങളിലാണ് ശരിക്കും താൻ ബുദ്ധിമുട്ടാറ്. തോട്ടത്തിൽ നിന്നും തേയിലക്കെട്ടുകൾ ജീപ്പുകളിൽ ലോഡ് ചെയ്തു വലിയ ലോറികൾ പാർക്ക് ചെയ്തിരിക്കുന്ന മണിമല ടൗണിൽ എത്തിച്ചു കൊടുക്കാറാണ് പതിവ്. കൃഷ്ണേട്ടനും അവിടെ ഉണ്ടാവാറുണ്ട്. രണ്ടുപേർ അവിടെ വേണം. തൊഴിലാളികൾ ശ്രദ്ധിക്കില്ല അവർ പെട്ടെന്നു ലോഡ് ചെയ്തു നിറയ്ക്കും. അവർക്കത് ശ്രദ്ധിക്കേണ്ട കാര്യവും ഇല്ല.മുതലാളി

പ്രത്യേകം പറഞ്ഞതാണ്, അവിടെ കൂടുതൽ ശ്രദ്ധ വേണമെന്ന്. തൂക്കം നോക്കി എല്ലാം കൃത്യമായി കുറിച്ച് വയ്ക്കണം. അതൊക്കെ കഴിഞ്ഞു വരുമ്പോൾ ഒരു പരുവമാകും.. അതിനിടയ്ക്കാണ് ഇങ്ങനൊരു കുരിശ്. പലരെയും ആന ഉപദ്രവിച്ച കഥകൾ കൃഷ്ണേട്ടൻ പറഞ്ഞു കേട്ടിട്ടുണ്ട്. അതിൽ ഒന്ന് രണ്ടു പേർക്ക് ജീവഹാനി സംഭവിച്ചതായും അറിയാം. അത് കേട്ടപ്പോഴാണ് തനിക്കു കൂടുതൽ ഭയം തോന്നിത്തുടങ്ങിയത്. ആ വഴി വരുമ്പോൾ കട്ട പിടിച്ച ഇരുട്ടാണ് ചുറ്റും. കൈയ്യിൽ മെഴുകുകുതിരിയുണ്ടെങ്കിലും അതിന്റെ പ്രകാശത്തിനെത്തിപ്പെടുന്നതിന് ഒരു പരിധിയുണ്ടല്ലോ. കൃഷ്ണേട്ടന്റെ വീട് കഴിഞ്ഞ് ഇത്തിരി ദൂരം ഇരുവശവും കാടാണ്. അവിടെയാണ് പലപ്പോഴും ആനകളെ കാണാറുള്ളത്.പല ശബ്ദങ്ങളും കേൾക്കാം കാടിനുള്ളിൽ നിന്നും.പല വന്യമൃഗങ്ങളും അതിൽ സ്വൈര്യവിഹാരം നടത്തുകയാകും. എപ്പോഴാണ് ഏതെങ്കിലും മൃഗം കാട്ടിൽ നിന്നും തന്റെ നേർക്ക് പാഞ്ഞടുക്കുക എന്ന ഭയം തനിക്ക് എപ്പോഴും ഉണ്ട്. തന്റെ ഹൃദയമിടിപ്പ് തനിക്ക് തന്നെ കേൾക്കാം.മെഴുകുതിരി അണഞ്ഞു പോയാൽ അത് വീണ്ടും തെളിയിക്കുന്നത് വരെ ആകുലമാണ് മനസ്സ്. ചിലപ്പോൾ ഉള്ളിലുള്ള ഭയം കാരണം ഒന്ന് രണ്ടു തവണ ആ വഴിയിൽ താൻ മലക്കം മറിഞ്ഞു വീണിട്ടും ഉണ്ട്.

അത് കഴിഞ്ഞു കുറച്ചു ദൂരം നടന്നാൽ ഒരു ഭാഗം തോട്ടം. അത് ഭംഗിയായി വേലി തിരിച്ചു വച്ചിരിക്കുന്നു. എതിർവശം കൊടുംകാടും. കൃഷ്ണേട്ടന്റെ വീടിന് മുൻപിൽ സ്ഥാപിച്ചിരിക്കുന്ന ഇലക്ട്രിക് ബൾബ് കഴിഞ്ഞാൽ പത്തുനാനൂറു മീറ്ററോളം വെളിച്ചത്തിന്റെ ഒരു കണിക പോലുമില്ലെന്നു തന്നെ പറയാം. അതിനുശേഷം ബംഗ്ലാവിന്റെ ഗെയിറ്റിന് വെളിയിൽ സ്ഥാപിച്ചിരിക്കുന്ന ഒരു വൈദ്യുതലാമ്പ് ആണ് ആശ്വാസം. പലപ്പോഴും ധൈര്യം സംഭരിച്ചു നടന്നു വരുന്നതാണ്. വൈദ്യുതി ഇല്ലാത്ത ചില സന്ദർഭങ്ങളിൽ കണ്ണിൽ കുത്തിയാൽ അറിയാത്ത ഇരുട്ടായിരിക്കും മുന്നിൽ. താനിത്ര ഭീരുവാണെന്ന് കൃഷ്ണേട്ടന്റെയും വീട്ടുകാരുടെയും മുന്നിൽ സമ്മതിക്കുകയും വയ്യ.

രാവിലെ തൊഴിലാളികളുടെ കണക്കെടുത്ത് കഴിഞ്ഞു ഒരു ദിവസം തോട്ടത്തിൽ സർക്കീറ്റ് അടിക്കുന്ന സമയമാണ് കുട്ടപ്പായിയെ പരിചയപ്പെടുന്നത്. ജോലിയിൽ പ്രവേശിച്ച് രണ്ടാമത്തെയോ

മൂന്നാമത്തെയോ ദിവസം. തോട്ടം തൊഴിലാളികൾ ക്കിടയിൽ ചായ വിൽപ്പനയാണവന്റെ തൊഴിൽ, ചായയോടൊപ്പം ബന്നും ബിസ്ക്കറ്റും പോലെയുള്ള പലഹാരങ്ങളും ഉണ്ടാകും.അവൻ വരുന്ന കാഴ്ച ഒന്ന് കാണേണ്ടത് ത ന്നെയാണ്. ഈയിടെ പുറത്തിറങ്ങിയ ഏതോ ഒരു തമിഴ് സിനിമയുണ്ട്.അതിലെ ഒരു പാട്ടുണ്ട് 'വന്തെടാ പാൽക്കാരൻ അടടാ' എന്ന പാട്ടും പാടി അതിൽ രജനീകാന്ത് വരുന്ന സ്റ്റൈലിൽ ആണ് സൈക്കിളിൽ പുള്ളി വരുന്നത്.രാജനീകാന്തിന്റെ കടുത്ത ആരാധകനും കൂടിയാണ് കുട്ടപ്പായി. വർഷങ്ങൾക്ക് മുൻപ് തമിഴ്നാട്ടിൽ നിന്നും കുടിയേറി പാർത്തവരാണ് കുട്ടപ്പായിയുടെ കുടുംബം. കുടുംബം എന്ന് പറയാൻ അവനും അച്ഛനും അമ്മയും മാത്രം . കുട്ടപ്പായിക്ക് ഒന്നോ രണ്ടോ വയസ് പ്രായമുള്ളപ്പോൾ ആണ് കേരളത്തിലേക്ക് ആ കുടുംബം ചേക്കേറുന്നത്.ആദ്യ കാലങ്ങളിൽ നെൽപ്പാടങ്ങളിൽ കൂലിപ്പണിയായിരുന്നു അവരുടെ ഉപജീവന മാർഗം. പിന്നീട് ഈ എസ്റ്റേറ്റിലേക്ക് ജോലി തേടി വന്ന് താമസവും ഈ നാട്ടിൽ സ്ഥിരമാക്കുകയായിരുന്നു.

കൃഷ്ണേട്ടന്റെ വീടിനടുത്താണ് കുട്ടപ്പായിയുടെ വീട്. തന്നെ 'തലൈവർ' എന്നാണ് പുള്ളി വിളിക്കുന്നത്. മലയാളം നന്നായി സംസാരിക്കും. അവന്റെ ഭാഷാപ്രയോഗം കേട്ടാൽ ഒരിക്കലും അവനൊരു മലയാളി അല്ലെന്ന് പറയില്ല. തമിഴും നല്ല വശമാണ്. ചെറുപ്പം മുതലേ തോട്ടം തൊഴിലാളികൾക്കിടയിൽ പെരുമാറിയിരുന്നത് കൊണ്ടാവാം അവന് മലയാളവും തമിഴും ഒരു പോലെ ഭംഗിയായി വഴങ്ങിയിരുന്നത്. മെലിഞ്ഞ ശരീരപ്രകൃതിയാണ് കുട്ടപ്പായിയുടേത്. അവൻ തമിഴ്നാട്ടിലെ ഏതോ കുഗ്രാമത്തിൽ ജനിച്ചതാണ്. ജനിച്ച വർഷം പെറ്റതള്ളയ്ക്കു പോലും ഓർമ്മയില്ല. ഓർക്കേണ്ട കാര്യം അവർക്കുണ്ടായിരുന്നെന്നു തോന്നുന്നില്ല. പട്ടിണിയാവും ഒരു പക്ഷേ ആ മാതാപിതാക്കളെ സ്വന്തം നാട്ടിൽ നിന്നും പലായനത്തിന് പ്രേരിപ്പിച്ചത്.

വിസ്താരമുള്ള നെറ്റിയും നീട്ടി വളർത്തിയ മുടിയും കുട്ടപ്പായിയുടെ പ്രത്യേകതയാണ്. അച്ഛനും അമ്മയും നല്ല കറുപ്പാണെങ്കിലും ഒരു പക്ഷേ കുഞ്ഞിലേ ഇവിടെ വളർന്നത് കൊണ്ട് കേരളത്തിലെ കാലാവസ്ഥ അവന് അല്പം വെളുപ്പ് നൽകി.അവന്റെ പേര് പോലും ഇവിടെ വന്നതിന് ശേഷം കിട്ടിയതാണ്. മുതലാളിയുടെ അപ്പച്ചൻ

ആണ് ഈ പേര് അവനിട്ടു കൊടുത്തത് എന്ന് കൃഷ്ണേട്ടൻ പറഞ്ഞിരുന്നു.അവൻ കാണാനും തരക്കേടില്ല. ഒരു രസികനാണ് പുള്ളി. അവന്റെ വീരസാഹസികകഥകൾ തന്നോട് പറഞ്ഞിരുന്നു. തോട്ടത്തിൽ പണിയെടുക്കുന്ന ഒരുമാതിരി പെൺമണികളെല്ലാം കുട്ടപ്പായിയുടെ കൈച്ചൂട് അറിഞ്ഞിരുന്നവരാണ്. അതിനിടയ്ക്ക് ഒരിക്കൽ അവൻ പറഞ്ഞിരുന്ന ഒരു കാര്യം തന്നിൽ ചിരിയും ആകാംക്ഷയും ഉണർത്തി. പെണ്ണുങ്ങളുടെ മുലക്കാമ്പ് അവനൊരു ഹരമാണ് പോലും. അത് അവനു പകൽ വെളിച്ചത്തിൽ ഒന്ന് കാണണം. ഒത്താൽ ഒന്ന് കുടിക്കണം. ഇങ്ങനെ അവൻ എത്രയെത്ര മുലകൾ കണ്ടു കാണും. ഇത്രയും മുലക്കണ്ണുകൾ കുടിച്ച അവനെ സമ്മതിക്കണം. ഇനി ബഡായി ആണോ മുഴുവൻ. അതിനും സാധ്യത കുറവാണ്. പലപ്പോഴും തോട്ടത്തിലെ പല പെണ്ണുങ്ങൾക്കും അവനോടുള്ള കൊഞ്ചിക്കുഴഞ്ഞ സമീപനം കാണുമ്പോൾ അതൊക്കെ ശരിയാണെന്ന് തോന്നാറുണ്ട്. തോട്ടത്തിലെ പല പെണ്ണുങ്ങളുടെ മുലകളുമായി കുട്ടപ്പായിക്ക് അഭേദ്യമായ ബന്ധമുണ്ട്.ശരിക്കും ഭാഗ്യവാൻ. താൻ ആമിയെ എത്ര തവണ ഉമ്മ വച്ചിട്ടുണ്ട്. അതിനപ്പുറം അവൾ ഒന്നിനും സമ്മതിക്കത്തില്ലായിരുന്നു. പലപ്പോഴും അവസരങ്ങൾ ലഭിച്ചിട്ടും ഉണ്ട്. ഒരു നിയന്ത്രണരേഖ അവൾ തന്നിൽ മനപ്പൂർവ്വം വരച്ചിട്ടുണ്ട്.

തോട്ടത്തിലെ വിരസമായ ജീവിതത്തിനിടയിൽ കുട്ടപ്പായി ശരിക്കും ഒരു നേരം കൊല്ലിയായിയുന്നു . അറിയാതെ താനും അവന്റെ ഒരു ആരാധകനായി മാറി. ഒപ്പം ഞങ്ങൾ തമ്മിൽ ഇണപിരിയാത്ത കൂട്ടുകാരായി മാറി .ഞായറാഴ്ച്ചകളിൽ തോട്ടം അവധിയായിരുന്നു. ആയിടയ്ക്കാണ് അവൻ മേരിചേച്ചിയെ തനിക്ക് പരിചയപ്പെടുത്തുന്നത്.

8

എട്ട്

അന്ന് ഒരു ഞായറാഴ്ചയായിരുന്നു പ്രാതൽ കഴിഞ്ഞ് കൃഷ്ണേട്ടന്റെ ഭവനത്തിൽ നിന്നും ബംഗ്ലാവ് ലക്ഷ്യമാക്കി നടക്കുകയായിരുന്നു ഞാൻ . ബംഗ്ലാവിന് മുൻവശത്ത് നിന്നും കുട്ടപ്പായി നിന്നു പരുങ്ങുന്നു. എന്തോ കള്ള ലക്ഷണമുണ്ട്. വല്ല തമിഴ് പെണ്ണുങ്ങളെയും പിടിച്ചു ബംഗ്ലാവിന്റെ വല്ല മൂലയിലും ഒളിപ്പിച്ചുവച്ചിട്ടുണ്ടോ അവൻ. തമിഴും മലയാളവും അവന് എല്ലാം ഒരുപോലെ തന്നെ. മലയാളി പെണ്ണുങ്ങളാണ് നല്ല വൃത്തി എന്നവൻ കൂടെ കൂടെ പറയാറുണ്ട്.ഞാൻ അവന്റെ അടുത്തേക്ക് ചെന്നു. ഒന്ന് അവനെ സൂക്ഷിച്ചു നോക്കി.

" എന്തോ ഒരു കള്ളലക്ഷണം ഉണ്ടല്ലോ കുട്ടപ്പായി "

" കള്ളലക്ഷണമോ, അയ്യോ നിങ്ങൾ അറിയാതെ എനിക്ക് ഒരു വിഷയവും ഇല്ല. അതറിയാലോ. ഒരു സാധനം കൊണ്ട് വന്നിട്ടുണ്ട്. വഴക്ക് പറയില്ലെങ്കിൽ ഞാൻ പുറത്തെടുക്കാം.. "

" എന്ത് സാധനം.. വഴക്ക് പറയണോ വേണ്ടയോ എന്ന് അതിനു ശേഷം തീരുമാനിക്കാം.. " ഞാൻ അല്പം സംശയ ദൃഷ്ട്ടിയോടെ അവനെ നോക്കി. അവൻ മടിച്ചു മടിച്ച് കുറ്റിച്ചെടികൾക്കിടയിൽ ഒളിപ്പിച്ചു വച്ചിരുന്ന പത്രക്കടലാസിൽ പൊതിഞ്ഞ ഒരു കുപ്പി എടുത്ത് എന്റെ മുന്നിൽ വന്നു. "ഇത് കഴിച്ചു നോക്കിയിട്ടുണ്ടോ തലൈ വരെ നിങ്ങൾ." കുട്ടപ്പായി പൊതിഞ്ഞ പത്രക്കടലാസ് അഴിച്ചു മാറ്റി.കുപ്പിയുടെ കഴുത്തോളം നിറച്ച നാടൻ പട്ടച്ചാരായം ഉയർത്തിപ്പിടിച്ചു കൊണ്ടവൻ പറഞ്ഞു

" അയ്യോ എനിക്ക് വേണ്ടായേ.നീ കഴിച്ചോ."

" തലൈവർ നിങ്ങൾക്ക് വേണ്ടി വാങ്ങിയതാണ് സ്പെഷ്യൽ " കുപ്പി ഉയർത്തി പിടിച്ചു കൊണ്ട് തന്നെ അവൻ കണ്ണ് മിഴിച്ചു നാടകീയമായ ഭാവത്തോടെ പറഞ്ഞു.. അടുത്ത് തന്നെ ആദിവാസി ഊരുണ്ട്. അവൻ അവിടെ നിന്നും സംഘടിപ്പിച്ചതാണെന്ന്. നാട്ടിൽ നിന്നും സുഹൃത്തുക്കളുമായി താൻ വല്ലപ്പോഴും കഴിക്കാറുണ്ടായിരുന്നു. അതും ആമിയറിയാതെ. ഒരിക്കൽ പ്രീത കണ്ടു പിടിച്ചു അവളോട് പറഞ്ഞു കൊടുത്തു. ഏട്ടൻ പുതിയ ഒരു ശീലം പഠിച്ചിട്ടുണ്ടെന്ന്. ആമിച്ചേച്ചിയൊന്ന് ചോദിക്കണം. അതിനു ശേഷം തന്നോട് മിണ്ടാൻ പോലും അവൾ കൂട്ടാക്കിയില്ല. ഒടുവിൽ അവൾ നെല്ല്യാട്ടിൽ ഭഗവതിയെ പിടിച്ചു സത്യം ചെയ്യിച്ചു. പിന്നീട് കഴിച്ചോ എന്ന് ചോദിച്ചാൽ കഴിച്ചിട്ടുണ്ട്. പക്ഷേ കഴിച്ചിട്ട് അവളുടെ മുൻപിൽ പോയിട്ടില്ല.

പലപ്പോഴും വർഗീസ് ചേട്ടൻ വരുമ്പോൾ ചാരായത്തിന്റെ നാറ്റം മൂക്കിൽ അടിച്ചു കയറാറുണ്ട്. താൻ അത് അറിഞ്ഞ ഭാവം കാണിയ്ക്കാറില്ലായിരുന്നു. ഒരിക്കൽ തന്നോട് വർഗീസ് ചേട്ടൻ ചോദിച്ചിട്ടും ഉണ്ട് 'സ്വയമ്പൻ സാധനം ഉണ്ട് കഴിക്കാറുണ്ടോ കൊണ്ട് വരട്ടെ' എന്ന്. താൻ കഴിക്കാറില്ല എന്ന് കള്ളം പറഞ്ഞു. ചിലപ്പോൾ തന്റെ ഉള്ളിലിരിപ്പ് മനസ്സിലാക്കാൻ വേണ്ടിയായിരിക്കണം. അയാളോടൊപ്പം കഴിക്കാനുള്ള ഒരു താല്പര്യം തോന്നിയിരുന്നില്ല. താല്പര്യം മാത്രമല്ല ഇങ്ങനെയുള്ള കാര്യങ്ങളിൽ ഒരു അകൽച്ച വയ്ക്കുന്നതാണ് ഉത്തമം. അയാൾ എങ്ങനെയുള്ള വ്യക്തിയാണെന്ന് തനിക്ക് അറിയില്ല. കുട്ടപ്പായി അങ്ങനെയല്ല ഏകദേശം സമപ്രായക്കാരാണ്. വിശ്വസിക്കാം ആരോടും ഈ കാര്യം പോയി പറയില്ല.പിന്നെ അവനുമായി നല്ല കൂട്ടും ഉണ്ട്. പക്ഷേ കഴിക്കുന്നെങ്കിൽ കൃഷ്ണേട്ടൻ അറിയാൻ പാടില്ല എന്ന ഒരു നിബന്ധന ഞാൻ അവന് മുന്നിൽ വച്ചു. അവരുടെ മുന്നിലുള്ള വില കളയാതെ നോക്കണം.

" കുട്ടപ്പായി,ഇവിടെ നിന്നും കഴിച്ചാൽ കൃഷ്ണേട്ടനോ മറ്റോ കണ്ടാൽ നാണക്കേടാ. കഴിച്ചിട്ടും മുന്നിൽ പോകാൻ പറ്റില്ല"

പെട്ടെന്നു അവൻ എന്തോ ആലോചിച്ചിട്ടെന്ന പോലെ ഒരുപായം പറഞ്ഞു. "നമുക്കൊരു കാര്യം ചെയ്യാം മേരിചേച്ചിയുടെ അടുത്ത് പോകാം. അവിടാകുമ്പോൾ തിന്നാനുള്ളത് അവര് ഉണ്ടാക്കി തരും.

എന്തേലും പൈസ കൈയ്യിൽ വച്ചുകൊടുത്താൽ മതി. അവരെ തലൈവർക്ക് ഒന്ന് പരിചയപ്പെടുകയും ചെയ്യാം "

" വല്ല കേസ് കെട്ടും ആണോടാ "

" അയ്യോ അത്തരം കേസ് കെട്ടൊന്നും അല്ല. ഭർത്താവ് ഒരു ലോറി ഡ്രൈവറായിരുന്നു.അങ്ങ് വടക്കേ ഇന്ത്യയിൽ എവിടെയോ ലോറി അപകടത്തിൽ പെട്ട് അങ്ങേരു വടിയായി. എനിക്ക് കുറച്ച് മുമ്പേ പുള്ളിക്കാരത്തിയെ അറിയാം. ഇവിടെ അടുത്താ. പശുക്കളെ വളർത്തി ഉപജീവനം കഴിക്കുവാ. അത്യാവശ്യം ഞാൻ അവിടെ പോയ സാധനം കഴിക്കുന്നത്. എന്തേലും കൊടുക്കും പുള്ളിക്കാരത്തിക്ക്. "

ഞാൻ കൃഷ്ണേട്ടനോട് ടൗൺ വരെ ഒന്ന് പോയ് വരാം എന്ന് കള്ളം പറഞ്ഞു. 'അവന്റെ സ്പെഷ്യലും ' കയ്യിൽ എടുത്ത് ഞങ്ങൾ സൈക്കിളിൽ മേരിച്ചേച്ചിയുടെ വീട് ലക്ഷ്യമാക്കി വിട്ടു. കുട്ടപ്പായിയുടെ നിർദ്ദേശ പ്രകാരം പന്നിയിറച്ചിയും അല്പം പച്ചക്കറികളും വാങ്ങി. മണിമല ടൗണിൽ നിന്നും കുറച്ച് ഉള്ളിലേക്ക് ആണ് മേരിച്ചേച്ചിയുടെ വീട്.

റബ്ബർ മരങ്ങൾക്കിടയിൽ ഓല മേഞ്ഞ ഒരൊറ്റപ്പെട്ട വീടായിരുന്നു മേരിച്ചേച്ചിയുടേത്. ഒരു തൊഴുത്ത് ഉണ്ട്. അതിൽ നാലഞ്ച് പശുക്കളും ഒന്ന് രണ്ട് കിടാക്കളും. മുറ്റത്ത് രണ്ട് കുട്ടികൾ കളിച്ചു കൊണ്ടിരിക്കുകയാണ്. ഒരാൺകുട്ടിയും ഒരു പെൺകുട്ടിയും. ഒരാൾക്ക് അഞ്ചും മറ്റേ ആൾക്ക് കഷ്ടി ഒരു ഏഴു വയസ്സും കാണും. കുട്ടപ്പായിയെ കണ്ടപ്പോൾ രണ്ടു പേരും ഓടിവന്നു അവനെ പൊതിഞ്ഞു. അതിൽ നിന്നും പിള്ളേര് അവനുമായി നല്ല കൂട്ടാണെന്നു തെളിഞ്ഞു.

" നീ ഇടയ്ക്കിടയ്ക്ക് ഇവിടെ വരാറുണ്ടെന്നു തോന്നുന്നല്ലോ കുട്ടപ്പായി. "

"മൊതലിനെ കണ്ടാൽ തലൈവരും ഇവിടെ ഇടയ്ക്കിടയ്ക്ക് വന്നു പോകാനുള്ള സാധ്യത ഉണ്ട്." അവൻ അല്പം സ്വരം താഴ്ത്തി പറഞ്ഞു.

ഞാൻ ഒന്നും മിണ്ടിയില്ല. അല്പസ്വല്പം മോഹങ്ങളൊക്കെ ഇല്ലാത്ത ആണുങ്ങൾ ഇല്ലല്ലോ. ഇങ്ങനെയുള്ള എന്തെങ്കിലും നേരമ്പോക്കുകളും വേണമല്ലോ ജീവിതത്തിൽ.

" പിന്നെ ആക്രാന്തം കാണിക്കരുത് എല്ലാത്തിനും ഒരു സാവകാശമൊക്കെ വേണം. ഒരു ഒതുക്കത്തിൽ കാര്യം നടത്തിയാൽ

കൊള്ളാം . ഞാൻ പറഞ്ഞത് മനസ്സിലായല്ലോ " അവൻ എന്റെ ചെവിയിൽ പറഞ്ഞു.

വെളുത്ത് അവയവ ഭംഗിയുള്ള ഒരു സ്ത്രീ വീടിന്റെ പിന്നാമ്പുറത്ത് നിന്നും ഞങ്ങളുടെ അടുത്തേയ്ക്ക് വന്നു. കുട്ടപ്പായി പറഞ്ഞത് ശരിയായിരുന്നു ഒരു അപ്സ്സരസിനെ പോലെയുണ്ട് അവരെ കാണാൻ. മുല്ലപ്പൂ മൊട്ടുപോലുള്ള ദന്തനിരകളും നിതംബം മുട്ടുന്ന കാർകൂന്തലും. ആകെ ഒരു ഐശ്വര്യം നിറഞ്ഞാടുന്ന പ്രതീതി. ചട്ടയും മുണ്ടുമാണ് വേഷം. നിതംബമാറിടപ്പൊലിമ സമൃദ്ധം.

ഞങ്ങളെ കണ്ടപ്പോൾ ഒരു ചിരിയോടെ അപ്സരസ്സ് മൊഴിഞ്ഞു "ആ കുട്ടപ്പായിയോ നിന്നെ കാണാനേ ഇല്ലല്ലോടാ. ഞാൻ കരുതി നീ മേരി ചേച്ചിയെ മറന്നെന്ന് "

"സമയം കിട്ടണ്ടേ ചേച്ചിയെ.. എല്ലാറ്റിനും കുട്ടപ്പായി ഒന്നല്ലേ്യാ ഒള്ളൂ."

" ഇതാരാ, ഈ കൊച്ചൻ " എന്റെ മുഖത്ത് നോക്കി അപ്സരസ്സ് വീണ്ടും മൊഴിഞ്ഞു.

" ഇത് നമ്മുടെ മണിമല എസ്റ്റേറ്റിലെ പുതിയ മാനേജരാ. ചേച്ചി ഞങ്ങൾക്കൽപ്പം കഴിക്കണം. അതിന് വേണ്ട കാര്യങ്ങളൊക്കെ കൊണ്ട് വന്നിട്ടുണ്ട്. അല്പം എരിവും പുളിയും എല്ലാം ചേർത്ത് ഇതൊക്കെ ഒന്ന് പാകപ്പെടുത്തി എടുത്തെ "

മേരി ഞങ്ങളുടെ കയ്യിലുണ്ടായിരുന്ന സാധനങ്ങൾ വാങ്ങി അകത്തേക്ക് നടന്നു കൂടെ കുട്ടപ്പായിയും. ഞാൻ പൂമുഖത്തേക്ക് കയറി ഇരുന്നു.

അല്പസമയം കഴിഞ്ഞ് മേരി പുറത്തേക്ക് വന്നു. എന്നോട് ഒരു കള്ളപരിഭവത്തോടെ ചോദിച്ചു "മാനേജർ സാറ് പാവങ്ങളുടെ കൂരയ്ക്കകത്തൊന്നും കയറത്തില്ലേ. "

"അയ്യോ മേരിചേച്ചി ഞാൻ അങ്ങനെയൊന്നും അങ്ങ് ഓർത്തില്ല "

" ഇയാൾക്കെന്റെ പേര് അറിയാലോ. "

" പേര്....! കുട്ടപ്പായി എന്നോട് പറഞ്ഞായിരുന്നു " ഞാൻ നിന്നു പരുങ്ങി.

ഇത് കണ്ടു കൊണ്ട് കുട്ടപ്പായി പുറത്തേക്ക് വന്നു പറഞ്ഞു " മേരി ചേച്ചി ഞങ്ങടെ മാനേജരെ പച്ചയ്ക്ക് വറുക്കുവാണോ. തലൈവർ.. അടുക്കളയിലോട്ട് വാ നമുക്കെല്ലാം കൂടിയൊന്നു പുഴുങ്ങിയെ ടുക്കാം ...

"

മേരിച്ചേച്ചി ഒന്ന് ചിരിച്ചു.

" ആള് ഇത്തിരി ശുദ്ധനാണല്ലോ.. ഇങ്ങനെ ശുദ്ധനായാൽ ഒക്കത്തില്ല. ഇവന്മാരോ ടൊക്കെ ഇടിച്ചു നിൽക്കണം. എങ്കിലേ ഇവിടെ നിന്നു പെഴയ്ക്കാൻ പറ്റൂ "

" ആളിവിടെ തന്നെയുണ്ടല്ലോ.. മേരി ചേച്ചി എല്ലാം ഒന്ന് പറഞ്ഞു കൊടുത്താൽ മതി. നമ്മുടെ സ്വന്തം ആളാ." അവൻ അർത്ഥഗർഭമായി അവരെ ഒന്ന് നോക്കി.

അവരൊന്നു മൂളി.കുട്ടപ്പായി എന്നെ നോക്കി ഒന്ന് കണ്ണിറുക്കി. കുട്ടപ്പായിയും മേരിയും അടുക്കളയിലേക്ക് നടന്നു. പിന്നാലെ ഞാനും, അവരുടെ തുള്ളി തുളുമ്പുന്ന നിതംബഗോളങ്ങളിൽ കണ്ണ് വച്ച് കൊണ്ട്.

കുട്ടപ്പായി അടുക്കളയിൽ കടന്നു ഇറച്ചിയൊക്കെ വെട്ടി ഒരുക്കി കഴുകിവച്ചു. ജയൻ കുതിരയെ തടവുന്ന മുഖഭാവമോടവൻ ഇറച്ചയിൽ മസാലയും തേച്ചു പിടിപ്പിച്ചു. ഞാനും വെറുതെ നിന്നില്ല അത്യാവശ്യം അമ്മയെ അടുക്കളയിൽ പച്ചക്കറി നുറുക്കാൻ സഹായിക്കാറുള്ളത് കൊണ്ട്,കൃത്യം അളവിൽ ഭംഗിയായി സവാളയും തക്കാളിയും മറ്റു പച്ചക്കറികളും എന്റെ കൈ വിരൽ പിടിയിൽ കിടന്ന് കത്തിക്കിരയായി വീരചരമം പ്രാപിച്ചു. സത്യത്തിൽ പന്നിയിറച്ചി ഞാൻ ഇതുവരെ കഴിച്ചിട്ടില്ലായിരുന്നു. ഞങ്ങടെ നാട്ടിൽ വിരളമായിരുന്നു പന്നിയിറച്ചി. മാടും പോത്തും കോഴിയും യഥേഷ്ടം കിട്ടുമെങ്കിലും... പന്നിയിറച്ചി അത്ര ജനകീയമല്ല. അടുത്തത് മേരിച്ചേച്ചിയുടെ ഊഴമായിരുന്നു.

" മേരി ചേച്ചി, ചാർ വറ്റിച്ചു വച്ചോ. നിങ്ങടെ കൈപ്പുണ്യം അതിൽ ചേർക്കണം. നാളെയും വന്നു ഇത്തിരി കറി വച്ച് തരാൻ നമ്മുടെ മാനേജർ പറയണം "

മേരി ചേച്ചി ഞങ്ങളെ നോക്കി ചിരിച്ചു കൊണ്ട് അവരുടെ ജോലിയിൽ വ്യാപൃ തയായി.

" ഞാൻ ഇതുവരെ പന്നിയിറച്ചി കഴിച്ചിട്ടില്ല."

ഒടുവിൽ ഞാനാ ആ നഗ്നസത്യം വെളിവാക്കി.

മേരി ചേച്ചി എന്നെ ഒന്ന് നോക്കി ഇവൻ ഏത് ഭൂഗോളത്തിൽ നിന്ന് വരുന്നെടാ എന്ന ഒരു ഭാവത്തോടെ.

"ഞങ്ങൾ നസ്രാണികൾക്ക് പോത്തും പന്നിയും ഒന്നും ഇല്ലാതെ പറ്റത്തില്ല. അതിയാനുള്ളപ്പോൾ ഞായറാഴ്ച ഏതേലും ഒന്നില്ലാതെ

ചോറെറങ്ങത്തില്ല. അങ്ങേരു പോയതിൽ പിന്നെ... ഞാൻ " ചേച്ചിയുടെ വാക്കുകൾക്ക് വിറയൽ അനുഭവപ്പെട്ടു. അവരുടെ കണ്ണ് ഈറനണിയുന്നത് പോലെ എനിക്ക് തോന്നി. ഇപ്പോഴും ആ സ്നേഹം അവർ മനസ്സിൽ കൊണ്ട് നടക്കുന്നുണ്ടാവുമോ. അങ്ങനെ സ്നേഹമുള്ള ഒരു സ്ത്രീ ആയിരുന്നെങ്കിൽ കുട്ടപ്പായിയോടൊപ്പം ശരീരം പങ്കിടുമായിരുന്നോ . ശരീരത്തിന്റെ ആവശ്യങ്ങൾക്കുവേണ്ടി മനസ്സുമായി അവർ ഒരു തുറന്ന യുദ്ധം നടത്തിക്കാണും. പല രാത്രികൾക്കും പകലുകൾക്കും ഒടുവിൽ ആ യുദ്ധത്തിൽ ശരീരം ജയിച്ചു കാണും... മനസാക്ഷി പരാജിതനായി തലതാഴ്ത്തി നിൽക്കുകയാവും ഒടുവിൽ.

ഭക്ഷണം എല്ലാം പാകമായി. ഞാൻ കുട്ടപ്പായിയോട് കുഞ്ഞുങ്ങൾക്ക് ആദ്യം ഭക്ഷണം വിളമ്പാൻ ശട്ടം കെട്ടി. മേരിച്ചേച്ചി കുഞ്ഞുങ്ങൾക്ക് ഭക്ഷണം കൊടുത്തു. അവർ ആർത്തിയോടെ വലിച്ചു വാരി തിന്നുന്നത് കണ്ടപ്പോൾ മനസ്സിൽ ഒരുപാട് സന്തോഷം തോന്നി.

ആവിപറക്കുന്ന വറ്റിച്ച പന്നിക്കറിയും ചോറും മേരിച്ചേച്ചി ഞങ്ങൾക്ക് വിളമ്പി. ഞങ്ങൾ ഇരുവരും നിലത്തിരിക്കുക യിരുന്നു.കുട്ടപ്പായി മൂന്ന് ഗ്ലാസ്സെടുത്ത് തറയിൽ വച്ചു. മൂന്നിലും ' സോമരസം ' പകർന്നു. ഞാൻ ഒന്ന് അവനെ നോക്കി.

" മേരി ചേച്ചിയും കഴിക്കുന്നുണ്ട്. " അവൻ ഒളികണ്ണിട്ട് എന്നോട് പറഞ്ഞു.

എനിക്ക് അത്ഭുതമായിരുന്നു . ഒരു പെണ്ണ് ചാരായം കഴിക്കുന്നത് എന്റെ സങ്കൽപ്പത്തിലില്ല. പെണ്ണുങ്ങൾ കഴിക്കുമോ. എന്റെ നാട്ടിലെ ഏതെങ്കിലും സ്ത്രീകൾ കഴിക്കുന്നുണ്ടാവുമോ .. സ്വന്തം ഭർത്താക്കന്മാരോ അല്ലെ ഏതേലും കുട്ടപ്പായിമാർ കൊണ്ട് കൊടുക്കുന്നത് അവർ ഒരു പക്ഷേ കഴിക്കുന്നുണ്ടാവാം. ഞാൻ അവരെ നോക്കി പുഞ്ചിരിച്ചു. അവർ ഒന്ന് എന്നെ നോക്കി കണ്ണിറുക്കി.

"അതിയാനുണ്ടായിരുന്നപ്പോഴുള്ള ഒരു ശീലമാ.. ഇവൻ വന്നാൽ വല്ലപ്പോഴും ഇത്തിരി കഴിക്കും . അതല്ലേ ഇവനെ ഞാൻ വിടാതെ പിടി കൂടിയിരിക്കുന്നത് "

അവർ ഗ്ലാസ് എടുത്ത് മൂക്ക് പൊത്തി ഒറ്റവലി. പ്ലേറ്റിൽ നിറച്ചു വച്ച പന്നിയെ വിരൽ കൊണ്ട് തോണ്ടി നാക്കിൽ തേച്ചു.

ഇത് കണ്ടു കൊതിയായ കുട്ടപ്പായി ഗ്ലാസ്സ് കയ്യിലെടുത്തു .വലത്തെ കൈവിരൽ കൊണ്ട് അല്പം പന്നിയെ തോണ്ടി ഇടത്തെ കൈവെള്ളയിൽ ഇട്ടു. പന്നിയും സോമരസവും ഒരുമിച്ചകത്താക്കി. ഞാനും അമാന്തിച്ചില്ല. പന്നിയും സോമനും എന്റെ തൊണ്ടക്കുഴിയിലൂടെയും ഇരച്ചിറങ്ങി

9

ഒൻപത്

മേരിച്ചേച്ചി ഒരു ഗ്ലാസ് കൂടി അകത്താക്കി. അവര് 'വേണ്ട മതിയായി' എന്നർത്ഥത്തിൽ കൈപ്പത്തി പൊക്കിക്കൊണ്ട് കാണിച്ചു. എനിക്കും അത്ര വലിയ ശേഷിയുണ്ടായിയുന്നില്ല കള്ളുകുടിയിൽ. വല്ലപ്പോഴും ഒരു രസത്തിനല്പം കഴിക്കും എന്നതല്ലാതെ കൂടുതൽ കഴിച്ചു മദ്യത്തിന്റെ രസം കൊല്ലാൻ എനിക്കും താല്പര്യം ഇല്ലായിരുന്നു. ഒന്നര ഗ്ലാസ് ആകെ കഴിച്ചു. വിശന്നു കുടൽ മറിയാൻ തുടങ്ങി. കുരുമുളക് തൂവിയ മേരിച്ചേച്ചിയുടെ പന്നിക്കറി രസമുകുളങ്ങൾക്ക് പുത്തനുണർവ് നൽകി. കുട്ടപ്പായി കുപ്പിയിൽ ബാക്കിയുണ്ടായിരുന്നത് മുഴുവൻ അകത്താക്കി.എനിക്ക് മെല്ലെ തലയ്ക്ക് പെരുപ്പനുഭവപ്പെട്ടു തുടങ്ങി.

" എടാ കുട്ടപ്പാ ഭക്ഷണം എടുത്ത് കഴിക്ക് നീ ഒരുപാട് മോന്തിയിട്ടുണ്ട് " മേരിച്ചേച്ചി കുട്ടപ്പായിയെ ശാസിച്ചു.

അവൻ പ്ലെയ്റ്റിൽ ബാക്കിയുണ്ടായിരുന്ന ചോറും കറിയും അകത്താക്കി ഉമ്മറത്ത് പോയി കിടപ്പായി.

മേരി ചേച്ചിയുടെ നിർബന്ധം സഹിക്ക വയ്യാതെ വീണ്ടും ഒരു പ്ലെയ്റ്റ് ചോറു കൂടി ഞാൻ കഴിച്ചു . ഞാൻ മെല്ലെ എഴുന്നേറ്റു. ആടിയുലഞ്ഞു കൊണ്ട് പുറത്ത് പോയി കയ്യും മുഖവും കഴുകി.വീണ്ടും അടുക്കള യിൽ വന്നിരുന്നു .

" മാനേജരെ കറി ഇഷ്ടപ്പെട്ടോ... ഇനി ഇങ്ങനെയൊക്കെ വച്ചുണ്ടാക്കി കഴിക്കണം എന്ന് തോന്നിയാൽ മേരിചേച്ചിടെ അടുത്തേയ്ക്ക് വന്നോളു.."

" പിന്നെ തീർച്ചയായും, നിങ്ങളുടെ നാട്ടിലെ പെണ്ണുങ്ങളുടെ കൈപ്പുണ്യം അപാരം "

" അതിനു മാനേജര് വേറെ എവിടേലും കൈപ്പുണ്യം അറിയാൻ പോയിട്ടുണ്ടോ "

അവർ ഒരു കുസൃതിചിരിയോടെ എന്നോട് ചോദിച്ചു.

ഞാൻ കൃഷ്ണേട്ടന്റെ വീട്ടിലെ കാര്യ ങ്ങൾ അവരോട് പറഞ്ഞു. അവർ ഭക്ഷണം ഉണ്ടാക്കി സമയത്തിനു തനിക്ക് തരുന്നതും എല്ലാവരും തന്നോട് നല്ല സ്നേഹത്തോടെ പെരുമാറുന്നതും.

അവർ അവരുടെ ജീവിത കഥ തുറന്നു പറഞ്ഞു. ഒരു പ്രേമ വിവാഹമായിരുന്നു അവരുടേത്. ഹിന്ദുവായ ലോറി ഡ്രൈവേരോടൊപ്പം ഇറങ്ങിപ്പോയ, മകളെ പിന്നീട് അവരുടെ അപ്പച്ചനും അമ്മച്ചിയും അനിയന്മാരും അന്വേഷിച്ചിരുന്നില്ല. അവരുടെ ജീവിതത്തിലേക്ക് പിന്നീട് ഒരു കരട് ആയി താനും കയറിച്ചെല്ലാൻ ആഗ്രഹിച്ചിട്ടും ഇല്ലെന്ന് മേരിച്ചേച്ചിയും പറഞ്ഞു.സമ്പന്നതയിൽ വളർന്നിരുന്ന അവരുടെ ഇപ്പോഴത്തെ അവസ്ഥ അല്പം പരിതാപകരംതന്നെ. സ്നേഹിച്ച പുരുഷനോടൊപ്പം എല്ലാം ഇട്ടെറിഞ്ഞു പോയി എന്ന ഒരു തെറ്റ് മാത്രമേ അവർ ചെയ്തിരുന്നുള്ളൂ. അത് അവരുടെ ഭാഗത്ത് നിന്നും ചിന്തിക്കുമ്പോൾ ഒരു തെറ്റായി തോന്നുന്നുമില്ല.ആരോടും പരാതിയും പരിഭവങ്ങളമില്ലാതെ തന്റേയും കുഞ്ഞുങ്ങളുടെയും കാര്യം നോക്കി നടക്കുന്ന ഒരു സ്ത്രീ. എന്റെ വീട്ടിലെ കാര്യങ്ങളും വീട്ടിൽ ആരൊക്കെയുണ്ടെന്നതും എല്ലാം അവർ ചോദിച്ചറിഞ്ഞു. മേരി ചേച്ചിയോട് എന്തോ ഒരു അനുകമ്പ എന്നിൽ ഉടലെടുത്തു.ആമിയുടെ കാര്യങ്ങളും അവരോട് തുറന്നു പറയാൻ ഞാൻ മടിച്ചില്ല. കുട്ടപ്പായി കഴിഞ്ഞാൽ ആമിയുടെ കാര്യം അറിയുന്നത് മേരിചേച്ചിയ്ക്ക് മാത്രം.

ഈ ജോലിയിൽ കയറിയത് മുതലാണ് താൻ ജീവിതം എന്താണെന്ന് അറിഞ്ഞു തുടങ്ങിയത്. പലതരത്തിലുള്ള ജീവിതങ്ങൾ ചുറ്റുമുള്ളവരിൽ. സങ്കടങ്ങളും അതിനിടയ് ക്ക് നുറുങ്ങു സന്തോഷങ്ങളുമായി ജീവിച്ചു തീർക്കുന്നു അവരിൽ പലരും.നമ്മുടെ മുന്നിൽ ചിരിച്ചു നിൽക്കുമ്പോഴും അവർ ഉള്ളിന്റെയുള്ളിൽ ഒരുപാട് കരയുകയാകും. അവരുടെ ദുഃഖം അവരുടെ മാത്രം സ്വകാര്യ സ്വത്തായി അവർ കൊണ്ട് നടക്കുകയാകും. തോട്ടത്തിലെ പല

സ്ത്രീകളും അല്പം വൈകിയാൽ പേടിച്ച് വിറച്ചാണ് തന്റെ മുന്നിൽ വരിക. ചിലരുടെ കുഞ്ഞുങ്ങൾക്ക് ദീനമായിരിക്കും.മറ്റു ചിലർക്ക് വൃദ്ധരും രോഗികളുമായ മാതാപിതാക്കളെ ശ്രുശ്രുക്ഷിക്കേണ്ടതായുണ്ട്.തോട്ടത്തിലേയ്ക്ക് വരുന്നതിനു മുൻപ് എല്ലാം ഓടി നടന്നു ചെയ്തു വരുമ്പോഴേയ്ക്കും അല്പം വൈകിയിരിയ്ക്കും .ക്ഷീണം കാരണം ഒന്ന് കണ്ണ് ചിമ്മിപ്പോയാൽ പ്രഭാതത്തിലെ കണക്ക് കൂട്ടലുകൾ ആകെ തകിടം മറിയും .ചിലരുടെ തലവേദന സ്വന്തം ഭർത്താക്കന്മാർ തന്നെയാണ്. കുടുംബം നോക്കാതെ കുടിച്ച് കൂത്താടി നടക്കുന്നവർ. അതിനിടയ്ക്ക് അവരുടെ കൊടിയ പീഡനം സഹിക്കുന്നവരും ഉണ്ട് . എല്ലാം സഹിച്ചു സ്വന്തം വിധിയെ പഴിച്ചു ജീവിതം തള്ളി നീക്കുന്നവരും ആ കൂട്ടത്തിൽ അനവധിയുണ്ട് .കൃഷ്ണേട്ടൻ പറയും ഇതിലും നെല്ലും പതിരും തിരിച്ചറിയാൻ കഴിയണം എന്ന്... വെറുതെ ഇല്ലായ്മ പറയുന്നവളുമാരും ഉണ്ട്, നമ്മുടെ ശ്രദ്ധ കിട്ടാൻ വേണ്ടി.കൂട്ടത്തിൽ അവരുടെ കാര്യങ്ങൾ നടത്തുന്നതിനും.

മേരിചേച്ചിയുടെ കണ്ണീരിന്റെ അർത്ഥം അവരിപ്പോഴും അവരുടെ മരിച്ചു മണ്ണടിഞ്ഞ ഭർത്താവിനെ സ്നേഹിക്കുന്നു എന്നല്ലേ.ആഓർമ്മകൾ അവരിൽ ദുഃഖത്തിന്റെ വേലിയേറ്റങ്ങൾ സൃഷ്ടിക്കുന്നു.തന്റെ ആമിയും അത് പോലെ തന്നെ സ്നേഹിക്കുന്നുണ്ടായിരിക്കുമോ . ഒരു ദിവസം താനില്ലാതെ ആയാൽ അവൾ മേരി ചേച്ചിയെ പോലെ എല്ലാം മറന്നു ഒരു അന്യപുരുഷനെ സ്വന്തം കിടപ്പറയിലേക്ക് ക്ഷണിക്കുമോ. എന്തൊയോ താൻ ചിന്തിച്ചു കൂട്ടുന്നു . കത്തെഴുതിയിട്ടുണ്ട് വീട്ടിലേക്ക്. കൂടെ അവളുടെ കത്തും പ്രത്യേകം കവറിലാക്കി അടക്കം ചെയ്തിരിക്കുന്നു.. അവിടെ എത്തിക്കാണുമോ. ഇവിടെ നിന്നും നാലോ അഞ്ചോ പ്രവൃ ത്തി ദിനങ്ങൾ കൊണ്ട് കത്ത് അവിടെ എത്തുമെന്നത് തീർച്ചയാണ്. ഇവിടത്തെ മേൽവിലാസവും താൻ കത്തിൽ രേഖപ്പെടുത്തിയിരുന്നു.

മേരിച്ചേച്ചി മറ്റുള്ളവരോട് അനുകമ്പയുള്ളൊരു സ്ത്രീ ആണെന്നവരുടെ സംസാരത്തിൽ നിന്നും ഞാൻ ഊഹിച്ചെടുത്തു. മാത്രമല്ല ആ വീട്ടിലേക്ക് പോകുമ്പോൾ ഉള്ളഒരു മാനസിക അവസ്ഥയായിരുന്നില്ല തിരിച്ചു ആ വീടിന്റെ പടിയിറങ്ങുമ്പോൾ. യഥാർത്ഥത്തിൽ അവരെ കുട്ടപ്പായി പറഞ്ഞ ഒരു രീതിയിൽ കാണാൻ

തനിക്ക് കഴിയുമായിരുന്നില്ല .ഏതോ ഒരു മുൻജന്മബന്ധം മേരിച്ചേച്ചിയും താനും ഉണ്ടെന്നുതോന്നിപ്പോയി അവരോട് കൂടുതൽ അടുത്തപ്പോൾ.

രജനി ഒരു തനിനാടൻ പെൺകുട്ടിയാണെന്നാണ് താൻ കരുതിയിരുന്നത്.അവൾ അറിവിന്റെ ഒരു നിറകുടം തന്നെയായിരുന്നു. നിറങ്ങളുടെ ലോകം അവളെ കൂടുതൽ കൂടുതൽ മോഹിപ്പിച്ചു കൊണ്ടിരുന്നു.അവളോട് കൂടുതൽ അടുത്തിടപഴകിത്തുടങ്ങിയപ്പോൾ മാത്രമാണ് അവളെപറ്റി കൂടുതൽ താൻ അറിയുന്നത്. ചിത്രരചനയിൽ അവളുടേതായ ഒരു പാഠവം അവൾ ഈ ചെറുപ്രായത്തിൽ നേടിയിരുന്നു. മൈക്കിളാഞ്ചലോവിനെയും പിക്കാസോവിനെയും പറ്റി പറയുമ്പോൾ നൂറുനാവാണവൾക്ക്. ആ കാലഘട്ടങ്ങളിലെ ചിത്രരചനയെപറ്റി തുറന്ന സംവാദത്തിനും അവൾ തയ്യാറാണ്.അവൾ വരച്ച കൂടുതൽ ചിത്രങ്ങൾ അവൾ തന്നെ കാണിച്ച് അതിനെ പറ്റി ഒരു വിവരണം തനിക്ക് തരുമായിരുന്നു. അതിൽ ഉപയോഗിച്ചിരിക്കുന്ന കളർ പാറ്റേൺ, അങ്ങനെ എനിക്ക് അറിയാത്ത ഇത് വരെ കേട്ടിട്ട് പോലുമില്ലാത്ത ഒരുപാട് കാര്യങ്ങൾ ചിത്രരചനയിൽ ഉണ്ടായിയിരുന്നുവെന്ന് രജനിയിലൂടെ ഞാൻ മനസ്സിലാക്കി. ജീവൻ തുടിക്കുന്നതായിരുന്നു അവൾ വരയ്ക്കുന്ന ഓരോ ചിത്രങ്ങളും. ഇത്രയും ചെറുപ്രായത്തിൽ അവളുടെ കഴിവിൽ ഞാൻ ശരിക്കും അത്ഭുതപ്പെട്ടിരുന്നു. സ്കൂളിൽ പഠിക്കുന്ന സമയം ചിത്രരചനയിൽ ഒരുപാട് സമ്മാനങ്ങൾ അവൾ വാരിക്കൂട്ടിയിരുന്നു. അവളുടെ ഒരു വലിയ സ്വപ്നമായിരുന്നു ഒരു ആർട്ട് ഗാലറിയിൽ അവളുടെ ചിത്രപ്രദർശനം. തന്നോട് ആ ആഗ്രഹം അവൾ പങ്കുവച്ചിരുന്നു. പക്ഷേ കൃഷ്ണേട്ടൻ സമ്മതിക്കുന്നില്ല.അച്ചരനോട് പറഞ്ഞു സമ്മതം വാങ്ങിത്തരാൻ അവൾ എന്നോട് ശട്ടം കെട്ടി. അത് പ്രകാരം ഞാൻ കൃഷ്ണേട്ടനോട് ചോദിച്ചപ്പോൾ 'കുഞ്ഞു മുൻപിൽ നിന്ന് കാര്യങ്ങൾ ചെയ്യുകയാണെങ്കിൽ എനിക്ക് സമ്മതം. അല്ലാതെ ഇതിന്റെ പുറകെ ഓടിനടക്കാൻ എനിക്ക് സമയവും സന്ദർഭവും ഇല്ലെന്ന് കുഞ്ഞിനറിയത്തില്ലെ' എന്ന് കൃഷ്ണേട്ടൻ എന്നോട് പറഞ്ഞു. അച്ചരൻ സമ്മതിച്ചെന്ന വിവരം അവളോട് അറിയിച്ചപ്പോൾ

അവൾക്ക് ഒരു ലോകം വെട്ടിപ്പിടിച്ച ആശ്വാസമായിരുന്നു. 'ഞാൻ വർഷങ്ങളായി അച്ഛനോട് ഈ ഒരു കാര്യത്തിന് വേണ്ടി സമ്മതം ചോദിക്കുന്നു. നിങ്ങൾ എത്ര പെട്ടെന്നാണ് അത് നേടിയെടുത്തത്'. ഇങ്ങനെ പറയുമ്പോൾ അവളുടെ കണ്ണുകളിൽ ആശ്ചര്യവും ആരാധനയും നിഴലിച്ചിരുന്നു.

10

പത്ത്

ജനിച്ച നാട്. ഓടിച്ചാടി കളിച്ച മാന്തോപ്പുകളും വയലുകളും ചാടിത്തിമിർത്ത പുഴകളും അരുവികളും... നടന്നു പോയ വഴികളും ആ ഓർമ്മകൾ അനുഭൂതിദായകങ്ങളാണ്. ജനിച്ചുവളർന്ന നാട്ടിലേക്ക് വരുമ്പോൾ അറിയാതെ നമ്മുടെ ബാല്യവും നമ്മോടൊപ്പം തിരികെ വരുന്നതു പോലെയാണ്. എത്ര കഷ്ടപ്പാടുകൾ നമ്മുടെ ബാല്യത്തിൽ ഉണ്ടായിരുന്നാലും മനസ്സുകൊണ്ടെങ്കിലും ഒരു കുട്ടിയായിരിക്കാൻ അറിയാതെ നമ്മൾ കൊതിക്കാറില്ലേ. ഈ ഭൂമിയുടെ ഏത് കോണിൽ നിന്നും സ്വന്തം നാട്ടിലേക്ക് എത്തിപ്പെടുമ്പോഴുള്ള ഒരു സുഖം അത് പറഞ്ഞറിയിക്കാൻ പറ്റാത്ത ഒരു വികാരമാണ്... അവൻ വയൽ വരമ്പിലൂടെ വീട് ലക്ഷ്യമാക്കി നടന്നു.കൊയ്ത്തു കഴിഞ്ഞ് പാടം കുട്ടികൾ കയ്യേറിയിരിക്കുന്നു.മൂന്നോ നാലോ സംഘങ്ങളായി തിരിഞ്ഞ് പാടത്തിന്റെ വിവിധ ഭാഗങ്ങളിലായി അവരവരുടെ കേളികളിൽ മുഴുകിയിരിക്കുന്നു. കുട്ടികളുടെ ഘോഷാരവങ്ങളാൽ പരിസരം മുഖരിതമാണ്. അടുത്ത നെൽവിത്ത് പാകുന്നത് വരെ അവരുടെ വിഹാരകേന്ദ്രമാണിവിടം. ശീതളമായ പടിഞ്ഞാറൻ കാറ്റ് അവനെ തഴുകി കടന്നു പോയി.

കിട്ടിയ ശമ്പളത്തിൽ നിന്നും വീട്ടിലേക്ക് വേണ്ട പലവ്യഞ്ജനങ്ങളും സ്റ്റേഷനറിയും പ്രസാദ് വാങ്ങിയിരുന്നു. അമ്മയ്ക്കും പ്രീതയ്ക്കും ഡ്രസ്സ് എടുക്കണം എന്നുണ്ടായിരുന്നു. പക്ഷേ അവരുടെ അഭിരുചി എങ്ങനെയുള്ളതാണെന്ന് തനിക്കു വലിയ നിശ്ചയം ഇല്ല. പ്രത്യേകിച്ച് പ്രീതയ്ക്ക്.താൻ എടുക്കുന്ന തുണിത്തരങ്ങൾ അവൾക്കിഷ്ടപ്പെട ണമെന്നില്ല.അമ്മയ്ക്ക് അങ്ങനെയുള്ള ചട്ടവട്ടങ്ങളൊന്നും തന്നെ

ഇല്ല.താൻ എടുക്കുന്ന തുണിത്തരങ്ങൾ അമ്മ സ്വീകരിക്കും. പ്രീതയെ സംബന്ധിച്ച് ഇപ്പോഴത്തെ പെൺപിള്ളേരുടെ പരിഷ്ക്കാരം എങ്ങനെ എന്നറിയാൻ പ്രയാസമാണ് . കൂട്ടത്തിൽ ആമിയ്ക്കും നല്ലൊരു ഡ്രസ്സ് എടുക്കാൻ പറയണം. അവളുടെ വീട്ടുകാർ കൺകെ അവൾക്കത് ഉപയോഗിക്കുവാൻ കഴിയുമോ എന്നുള്ള കാര്യം സംശയമാണ് .അവളുടെ അമ്മ അത് കണ്ടാൽ അച്ഛനോട് പറയും.. ആകെ പ്രശ്നമാകും. അതൊന്നും അവളെ സംബന്ധിച്ചിടത്തോളം ഒരു പ്രശ്നമേ അല്ല.അമ്മയുടെയും അച്ഛന്റെയും ഉപദേശം ഒരു ചെവിയിലൂടെ കേട്ട് മറു ചെവിയിലൂടെ അവൾ വിടും. അവളുടെ അമ്മയ്ക്കും കാര്യങ്ങൾ ഏകദേശം അറിയാമായിരുന്നു. മകളെ ഉപദേശിച്ചു ആ സ്ത്രീ മടുത്തു. തനിക്ക് ആദ്യമായി കിട്ടിയ ശമ്പളത്തിൽ നിന്നും അവൾക്ക് എന്തെങ്കിലും വാങ്ങാതെ തന്റെ മനസ്സും അനുവദിക്കുന്നില്ല. തുണിത്തരങ്ങൾ അവൾ തന്നെ പോയി എല്ലാവർക്കും വേണ്ടത് എടുക്കട്ടെ. ലോണിന്റെ പൈസ്സ കുറച്ച് അടയ്ക്കണം. വീട്ടുചിലവും എല്ലാം കഴിഞ്ഞ് അല്പം പൈസ മിച്ചം പിടിക്കാമെ ന്ന് തോന്നുന്നു. സമയം ഉച്ചയോടടുക്കാറായിരുന്നു.വീട്ടിൽ പ്രീതയും അപ്പുവും ഉണ്ടായിരുന്നു. അവൻ മുറ്റത്ത് നിന്നും വണ്ടി കളിക്കുകയാണ്. ചോറ് ഊറാൻ വയ്ക്കുകയായിരുന്നു പ്രീത.

" അമ്മയെവിടെടി "

" ഏട്ടാ, വർഷയ്ക്ക് സുഖമില്ലാതെ, രണ്ടു മൂന്ന് ദിവസമായി കോഴിക്കോട് മെഡിക്കൽ കോളേജിൽ അഡ്മിറ്റ് ചെയ്തിരിക്കുവാ. അമ്മ രാവിലെ കോഴിക്കോട് പോയി. ഏട്ടൻ വന്നത് നന്നായി അമ്മ ഏട്ടനെ എങ്ങനെ ഈ വിവരം അറിയിക്കും എന്ന് പറഞ്ഞു, ആവലാതിപ്പെടുകയായിരുന്നു.ഡോക്ടർമാർ കുറച്ച് സീരീയസ് ആണെന്ന് പറഞ്ഞു. "

ഞാൻ ആകെ ധർമ്മ സങ്കടത്തിലായി. ഒന്നാമത് വർഷ പ്രീതയെ പോലെ തന്നെയാ ണെനിക്ക്. അവൾക്കെന്തെങ്കിലും സംഭവിച്ചാൽ സഹിക്കാവുന്നതിലും അപ്പുറമായിരുന്നു. മറ്റൊന്ന് മുതലാളി നാളെ തന്നെ തിരിച്ചു വരാൻ പറ്റുമെങ്കിൽ പോയാൽ മതി എന്നും പറഞ്ഞു ശട്ടം കെട്ടി വിട്ടിരിക്കുകയുമാണ്. താൻ മാറി നിന്നാൽ തോട്ടത്തിലെ കാര്യങ്ങൾ അവതാളത്തിലാകും എന്നും തന്നോട് പറഞ്ഞു. ജോലിക്ക് കയറിയിട്ട് ഒരു മാസം ആയിരുന്നെ ഉള്ളുവെങ്കിലും തന്നെ പറ്റി അവൻ

നല്ല ആത്മാർത്ഥതയുള്ളവനാണെന്നും വിശ്വസി ക്കാൻ പറ്റിയവനാണെന്നും നല്ല അഭിപ്രായവും കൃഷ്ണേട്ടനോട് മുതലാളി പറഞ്ഞിരുന്നു മുതലാളി അങ്ങനെയൊന്നും ഒരാളെയും വിശ്വാസത്തിലെടുക്കുന്നവനല്ല എന്നും കൃഷ്ണേട്ടൻ തന്നോട് പറഞ്ഞു. എന്തായാലും കോഴിക്കോട് പോകണം. ഈ സമയം അമ്മാവൻ തന്റെ സാമീപ്യം ആഗ്രഹിക്കുന്നുണ്ടാവും. ഞങ്ങളുടെ എന്ത് കാര്യത്തിനും മൂപ്പര് ഓടിവരുന്നതാണ്. കോഴിക്കോട് നിന്നും വിളിച്ചു പറയാം മുതലാളിയെ. ഇങ്ങനെയൊരു പ്രതിസന്ധിയിലാണെന്ന് പറഞ്ഞാൽ അദ്ദേഹം വിട്ടുവീഴ്ച ചെയ്യാതിരിക്കില്ല.

പ്രസാദ് ഭക്ഷണവും കഴിച്ച് വീട്ടിൽ നിന്നും ഇറങ്ങി. മെഡിക്കൽ കോളേജിൽ എത്തുമ്പോൾ അമ്മാവൻ വരാന്തയിൽ ഉണ്ടായിരുന്നു. വർഷ ഒബ്സെർവേഷൻ റൂമിൽ ആയിരുന്നു. കൂടെ അമ്മായിയും.. എന്നെ കണ്ട് അമ്മാവൻ അടുത്തേക്ക് വന്നു. അമ്മാവൻ നന്നായി ക്ഷീണിച്ചിരുന്നു. രണ്ടു മൂന്ന് ദിവസമായി ഊണും ഉറക്കവുമില്ലാതെ ഓടി നടക്കുകയാണ്.

"നീ എപ്പോൾ വന്നു"

" ഇന്ന് ഉച്ചയ്ക്ക് എത്തി.അപ്പോഴാണ് കാര്യങ്ങൾ അറിഞ്ഞത് ഡോക്ടർമാർ വല്ലതും പറഞ്ഞോ"

" ഓപ്പറേഷൻ ചെയ്യണമെന്ന് കുറെ മുമ്പേ പറഞ്ഞതല്ലേ.അത് ഏത്രയും പെട്ടെന്ന് ചെയ്യണമെന്ന്. ഇനിയും വച്ചു താമസിപ്പിച്ചാൽ കുഴപ്പമാണെന്ന്. പൈസ സംഘടിപ്പിക്കാൻ പറ്റിയിട്ടില്ല. വീടും സ്ഥലവും വച്ച് ലോണിന് അപേക്ഷിച്ചിട്ടുണ്ട് ഞാൻ ഇത്രയും ദിവസം അതിന്റെ പിറകെ ആയിരുന്നു. അതും ശരിയായി വരാൻ കുറച്ചു കാലതാമസം നേരിടും".

അമ്മാവൻ പ്രതീക്ഷയറ്റവനെ പോലെ എന്റെ മുഖത്തേക്ക് നോക്കി. "പെട്ടെന്ന് ഒരു ലക്ഷം രൂപ എങ്ങനെ സംഘടിപ്പിക്കും. എനിക്കൊരു എത്തും പിടിയും കിട്ടുന്നില്ല. കുട്ടാ..എന്റെ കുഞ്ഞ് "

" അമ്മാവൻ പ്രതീക്ഷ കൈവിടാതിരിക്കുക വഴിയുണ്ടോ എന്ന് ഞാൻ ഒന്ന് നോക്കട്ടെ "

ഇപ്പോൾ ലോണിന്റെ പുറകെപോയാൽ ഒന്നും നടക്കില്ല. അതിനൊക്കെ ഒരുപാട് ദിവസങ്ങൾ തന്നെ എടുക്കും.പെട്ടെന്ന് പറ്റിയ ഒരു വഴി രാരിച്ചൻ മുതലാളിയോട് കാശ് ചോദിക്കുക എന്നതാണ്.ഒന്നു

ചോദിച്ചു നോക്കാം അഥവാ അയാൾ തരാമെന്ന് സമ്മതിച്ചാലോ വേറെ ഒരു വഴിയും തന്റെ മുന്നിൽ ഇപ്പോൾ തെളിഞ്ഞു കാണുന്നില്ല.

ഞാൻ ആശുപത്രിയ്ക്കു പുറത്തേയ്ക്കി റങ്ങി അടുത്തു കണ്ട ഒരു ടെലിഫോൺ ബൂ ത്തിലേക്ക് കയറി മുതലാളിയുടെ നമ്പർ ഡയൽ ചെയ്തു.

"ഹലോ രാരിച്ചൻ" അങ്ങേത്തലയ്ക്കൽ ദൃഢമായ ശബ്ദം.ഭാഗ്യത്തിന് അദ്ദേഹത്തെ ലൈനിൽ കിട്ടി.

" സാർ പ്രസാദ് ആണ് "

"ആ താനോ, താൻ എന്താ ഫോണിൽ"

" എന്റെ അമ്മാവന്റെ മകൾ ഇവിടെ മെ ഡിക്കൽ കോളേജിൽ അഡ്മിറ്റ് ആണ്. അ വർക്ക് വേറെ ആരും സഹായത്തിന് ഇല്ല. രണ്ടുദിവസം കഴിഞ്ഞ് വന്നാൽ മതിയോ എസ്റ്റേറ്റിലേക്ക് "

"അവിടത്തെ കാര്യങ്ങളൊക്കെ തനിക്കറിയാലോ . ഞാൻ ഒന്നും കൂടുതൽ പറഞ്ഞു തരേണ്ട ആവശ്യമില്ലല്ലോ. ഈ അവസ്ഥയിൽ തന്നോട് മറുത്തൊന്നും പറയാനും തോന്നുന്നില്ല. കഴിയുന്നതും വേഗം തോട്ടത്തിലേക്ക് പുറപ്പെടുക. കേട്ടോ. ശരി വയ്ക്കട്ടെ "

"സാർ ഒരു സഹായം കൂടി ചെയ്തു തരണം. മറ്റൊന്നും തോന്നരുത് വേറൊരു വഴിയും കാണാത്തത് കൊണ്ടാണ് "

" എന്താണ് കാര്യം "

" ഓപ്പറേഷന് ഒരു ലക്ഷം രൂപയുടെ മുകളിൽ വേണം അതൊന്നു സഹായിക്കാൻ പറ്റുമോ. സാർ വീടോ സ്ഥലമോ ഈടായി നൽകാം. "

അല്പസമയം മൗനം.

" വീടും സ്ഥലവുമൊക്കെ ഈടു നൽകുന്ന കാര്യം അവിടെ നിൽക്കട്ടെ.താനൊരു കാര്യം ചെയ്യൂ പണം നാളെ വീട്ടിൽ വന്ന് വാങ്ങിച്ചോ. എത്ര വേണ്ടി വരുന്നമെന്നത് ഞാൻ ഇവിടെ ഇല്ലെങ്കിൽ അവളോട് പറഞ്ഞാൽ മതി.ഒരു കുഞ്ഞിന്റെ കാര്യത്തിനല്ലേ. ഈ പണം കൊണ്ട് ഇങ്ങനെയുള്ള നല്ല കാര്യങ്ങളും നടക്കട്ടെ "

പ്രസാദിന് ഭയങ്കര സന്തോഷമായി. അദ്ദേഹം ഇത്ര നല്ല മനുഷ്യനാണ് എന്ന് അറിഞ്ഞിരുന്നില്ല. കൂടപ്പിറപ്പുകൾ പോലും പണം കടം കൊടുക്കാൻ മടിക്കുന്ന ഈ കാലഘട്ടത്തിൽ അദ്ദേഹം വലിയൊരു സഹായമാണ് തനിക്ക് ചെയ്തു തരുന്നത്. അമ്മാവൻ വലിയ ഒരു പ്രതിസന്ധിയിൽ അകപ്പെട്ടപ്പോൾ അദ്ദേഹത്തിന്റെ

കൂടപ്പിറപ്പുകൾ എല്ലാവരും കണ്ടില്ലെന്നു നടിച്ചു. അവരെല്ലാവരും ഒത്തു കൂടിയാൽ നിസാരമായി ചെയ്യാവുന്ന ഒരു കാര്യം .എല്ലാവരും ചേർന്ന് അമ്മാവനെ ഒറ്റപ്പെടുത്തി.അമ്മാവനെ മാത്രമല്ല അമ്മയെയും ഒറ്റപ്പെടുത്തിയിരിക്കയാണ്. അവരൊക്കെ പണവും പ്രതാപവുമുള്ളവർ. ഞങ്ങൾ അവർക്ക് ചേർന്നവരല്ല.പണം ശരിയായ വിവരം ഞാൻ അമ്മാവനെ അറിയിച്ചു.ആ കണ്ണിൽ നിന്നും ധാരധാരയായി കണ്ണുനീർ ഒഴുകി. എല്ലാ പ്രതീക്ഷകളും അസ്തമിച്ചിടത്താണ് ഒരു പുതുനാമ്പു വിടർന്നത്.പണം ശരിയായ വിവരം ആശുപത്രിയിൽ അറിയിച്ചതിനെ തുടർന്ന് പിറ്റേന്ന് തന്നെ ഓപ്പറേഷൻ നടത്താൻ തീരുമാനിച്ചു.

ഞാൻ വർഷയെ ഒബ്സെർവ്വേഷൻ റൂമിൽ കയറി കണ്ടു. എന്നെ കണ്ടപ്പോൾ അവൾ എന്തോ സംസാരിക്കുവാൻ ശ്രമിച്ചു. പക്ഷേ അവളിൽ നിന്നും വാക്കുകൾ പുറത്തേക്ക് വന്നില്ല. അവൾ ക്ഷീണിതയായിരുന്നു.തിരിച്ചു വരുമ്പോൾ എന്റെ കയ്യിലുണ്ടായിരുന്ന തുക അമ്മാവനെ ഏൽപ്പിച്ചു. ആ പണം കൈ നീട്ടി വാങ്ങുമ്പോൾ ആ സാധു മനുഷ്യന്റെ കൈകൾ വിറയ്ക്കുന്നുണ്ടായിരുന്നു.

ബസ്സിലിരിക്കുമ്പോൾ വർഷയുടെ ക്ഷീണിത മുഖം എന്നെ വല്ലാതെ ബദ്ധപ്പെടുത്തി.താൻ വന്നില്ലായിരുന്നു വെങ്കിൽ വർഷയുടെ അവസ്ഥ എന്താകുമായിരുന്നു. കൃത്യ സമയത്ത് ദൈവം തന്നെ ഇവിടെ എത്തിച്ചു. മറ്റു തടസങ്ങൾ ഒന്നും ഇല്ലെങ്കിൽ ഓപ്പറേഷൻ നാളെ നടക്കും. കുറച്ചു ദിവസങ്ങൾക്കുള്ളിൽ അവൾ ജീവിതത്തിലേക്ക് മടങ്ങി വരും. ബസ്സിന്റെ സൈഡ് സീറ്റിൽ നിന്നും പുറത്തേക്ക് നോക്കി ഞാൻ ഇരുന്നു.വഴിയോരങ്ങളിൽ സ്ഥാപിച്ചിരുന്ന ഇലക്ട്രിക് പോസ്റ്റുകളിൽ നിന്നും പ്രകാശം വിതറുന്ന തെരുവ് വിളക്കുകൾക്ക് ചുറ്റും കൂട്ടംകൂട്ടമായ് ഈയ്യാംമ്പാറ്റകൾ ചിറകിട്ടടിച്ചു പറക്കുന്നു .റോഡിൽ വാഹനങ്ങളല്ലാതെ മനുഷ്യ സഞ്ചാരം നന്നേ കുറവായിരുന്നു. അവിടവിടെ തുറന്നു വച്ചിരിക്കുന്ന കടകളിൽ നിന്നും നൂറുവാട്ട്സ് ബൾബിന്റെ പ്രകാശം കണ്ണിൽ തുളച്ചു കയറുന്നത് പോലെ എനിക്ക് തോന്നി. ചില കച്ചവടക്കാർ അന്നത്തെ കച്ചവടം അവസാനിപ്പിച്ച് കടയടയ്ക്കാനുള്ള ഒരുക്കത്തിലാണ് .എന്റെ ലക്ഷ്യസ്ഥാനവും കാത്ത് ഞാൻ ആകുലമായ മനസ്സോടെ ഇരുന്നു.

11
പതിനൊന്ന്

വർഷ പോയി...

അവളുടെ കുഞ്ഞു ശരീരം കീറിമുറിക്കേ ണ്ടി വന്നില്ല. മൃത്യു എന്ന സത്യത്തെ അവൾ പുൽകിയിരിക്കുന്നു. അവിടെ വേദനകൾ ഇല്ല. പണക്കാരനും പാമരനും ഇല്ല.കണക്കു കൂട്ടലുകൾ ഇല്ല.നശ്വരമായ ലോകത്തിൽ നിന്നും ശാശ്വതമായ മറ്റൊരു ലോകത്തി ലേക്ക് അവൾ എത്തി ചേർന്നിരിക്കുന്നു. അവൾ ഒരു കുഞ്ഞു നക്ഷത്രമായി വിണ്ണി ൽ നിൽക്കയാകും തന്നെ സ്നേഹിച്ചവരെ ഉറ്റു നോക്കി കൊണ്ട്..

അവൾ കുഞ്ഞായിരിക്കുമ്പോൾ തന്റെ വീട്ടിൽ തന്നെ ആയിരുന്നു വളർന്നത് . ത ന്റെ അച്ഛന്റെ കണ്ണിലുണ്ണിയായിരുന്നു അവ ൾ.രസം നിറഞ്ഞ അവളുടെ കുസൃതികൾക്ക് എല്ലാവരും കൂട്ട് നിൽക്കുമായിരുന്നു, അമ്മായി ഒഴികെ.

അവൾ എന്തെങ്കിലും വികൃതി കാട്ടിയാൽ അമ്മായി കുഞ്ഞുന്നാളിലെ നന്നായി അടി വച്ചു കൊടുക്കുമായിരുന്നു. ആ കുസൃതി എല്ലാം അവസാനിപ്പിച്ചു ഒരു നാലടി മണ്ണിൽ ഇനി അവൾ ഉറങ്ങും എന്നന്നേക്കുമായി.

അവളുടെ മൃതശരീരം ഏറ്റുവാങ്ങുമ്പോൾ അറിയാതെ കരഞ്ഞു പോയി. കുഞ്ഞേ മാ പ്പ് നിന്നെ രക്ഷിക്കാൻ കഴിഞ്ഞില്ലല്ലോ.. അ മ്മാവനും അമ്മായിയും അവളുടെ മൃതദേ ഹത്തിൽ വീണു പൊട്ടിക്കരഞ്ഞു. മകൾ ന ഷ്ട്ടപ്പെട്ട ആ മാതാപിതാക്കളെ ഒന്ന് ആശ്വ സിപ്പിക്കാൻ പോലും തനിക്കു കഴിയുന്നില്ല. ഇവിടെ ആശ്വാസ വാക്കുകൾക്കെന്ത് പ്രസ ക്തി.

ജന്മഗൃഹത്തിൽ അവളുടെ ചേതനയറ്റ ശരീരം വെള്ള പുതച്ചു കിടത്തി. അവസാനമായി ഒരു നോക്ക് കാ ണുവാനായി അവളുടെ വിദ്യാലയത്തിൽ നിന്നും സഹപാഠികളും അദ്ധ്യാപകരും എത്തിച്ചേർന്നിരുന്നു. അപ്പുവിനെ കെട്ടിപ്പിടിച്ച് പ്രീത കരയുന്നു. അവന്റെ കുഞ്ഞേച്ചി അറിയപ്പെടാത്ത എതോ ലോകത്തിലേക്ക് വിടപറഞ്ഞു പോയത് അവനറിഞ്ഞില്ല. നാളെ ചേച്ചിയെവിടെ എ ന്ന് ചോദിച്ചാൽ അവനെ എന്ത് പറഞ്ഞു സ മാധാനിപ്പിക്കും. ഒരുപാട് ദിനങ്ങൾ അവ ന്റെ കുഞ്ഞു മനസ്സിൽ തന്റെ കു ഞ്ഞേച്ചിയുടെ ഓർമ്മകൾ അസ്വസ്ഥ മാക്കും. അവനോടൊപ്പം ഊണിലും ഉറക്കത്തിലും കൂടെയുണ്ടായിരുന്ന കൂടെപ്പിറപ്പിന്റെ ഓർമ്മകൾ.ഒടുവിൽ വളർന്നു വരുമ്പോൾ അവൻ മനസ്സിലാക്കും അവന്റെ കുഞ്ഞേച്ചിയെ മരണം തട്ടിയെടുത്തെന്ന്. തെക്ക് വശത്തെ മൂവാണ്ടൻ മാവിന്റെ ചുവട്ടിൽ അവൾക്ക് അന്ത്യവിശ്രമത്തിനു വേണ്ടി കുഴി ഒരുക്കി . ആ മാവിൻ ചുവട്ടിൽ അവൾ എത്ര ഓടിക്കളിച്ചു കാണും.അതിന്റെ തലയ്ക്കൽ മാമ്പഴമുണ്ണാൻ വന്ന അണ്ണാറക്കണ്ണനോട് വർഷ കിന്നാരം പറഞ്ഞു കാണില്ലേ.

പ്രസാദ് വേണ്ട കാര്യങ്ങളൊക്കെ ഓടി നടന്നു ചെയ്തു. അമ്മാവൻ തളർന്നു അക ത്തു കിടക്കുകയാണ്. പലരും വന്ന കൂട്ടത്തി ൽ രാരിച്ചൻ മുതലാളിയും വന്നു. പോകു മ്പോൾ അവന്റെ തോളിൽ ഒന്ന് തട്ടിയതല്ലാ തെ ഒന്നും പറഞ്ഞില്ല. കുറച്ച് പൈസയും കയ്യിൽ വച്ചു കൊടുത്തു..അവന് ശരിക്കും ഒരു അത്ഭുതമായിരുന്നു ജീവിതത്തിൽ ഇ ത് വരെ കാണാത്ത വർഷയെ കാണാൻ രാരിച്ചൻ മുതലാളി വന്നത്,അവൾക്ക് വേ ണ്ടി ഓപ്പറേഷൻ തുക കൊടുക്കാം എന്ന് സമ്മതിച്ചത്. കൂടെപ്പിറപ്പുകളുടെ വേദനകാണാൻ കഴിയാത്തവിധം പല മനുഷ്യരും അധപതിച്ചിരിക്കുന്നു.ഒരുപക്ഷേ ഇതേ പോലുള്ള രാരിച്ചന്മാർ അവശേഷിക്കുന്നത് കാരണമായിരിക്കും ഈ ലോകം ഇന്നും നശിക്കാതെ നിലനിൽക്കുന്നത്. മനുഷ്യത്വം തൊട്ടുതീണ്ടിയിട്ടില്ലാത്തവർ നാടുമുഴുവൻ ദൈവത്തെ തേടി അലയുകയാണ്. വിശക്കുന്നവന് ഒരു നേരത്തെ അന്നം വാങ്ങി കൊടുക്കുവാൻ പോലും പലരും മടിക്കുന്നു.ദൈവത്തിന്റെ സന്നിധിയിൽ അവർ പണം വാരിക്കോരി ചിലവാക്കുന്നത് തുടരുന്നു.

****

"തറവാട്ടിന് മാനക്കേട് വരുത്താൻ തന്നെ കച്ചകെട്ടി ഇറങ്ങിയതാണോ നീ. ഇങ്ങനെ യൊരു അശ്രീകരം ആണല്ലോ ദൈവമേ എന്റെ വയറ്റിൽ വന്നു പിറന്നത്. ആണായി ട്ടും പെണ്ണായിട്ടും ഒന്നല്ലേ ഉള്ളൂ എന്ന് കരു തി ലാളിച്ചു. "ഭവാനിയമ്മ ഉച്ചത്തിൽ പറ ഞ്ഞു.

അരവ് എടുത്ത് കറിയിലേക്ക് ചേർക്കുക യായിരുന്ന ആമി അത് കേട്ടില്ലെന്നു നടിച്ചു.

" ഞാൻ ഈ പറയുന്നതൊന്നും നീ കേൾക്കു ന്നില്ലേ "

"എന്നോടായിരുന്നോ "

"നിന്നോടല്ലാതെ, വേറെ ആരാ ഇവിടെ ഇരി ക്കുന്നത് കേൾക്കാൻ. എന്തിനും ഏതിനും ഇങ്ങനെ തറുതല പറഞ്ഞു ശീലിച്ചു നീ.പൊ ന്നൂ നീ ഞാനും അച്ഛനും പറയുന്നത് എന്താ കേൾക്കാത്തത്. നിന്റെ നല്ല ഭാവിക്ക് വേ ണ്ടിയല്ലേ ഞങ്ങൾ നിന്നെ ഗുണദോഷിക്കു ന്നത്. ഞങ്ങൾക്ക് വയസ്സായി. നിന്നെ നേരെചൊവ്വേയുള്ള ഒള്ളxരുവന്റെ കയ്യിൽ പിടിച്ചേൽപ്പിച്ചാലല്ലേ ഞങ്ങൾക്കും സമാധാനവും സന്തോഷവും ലഭിക്കൂ . അച്ഛൻ പറയുന്നത് കേൾക്ക് നീ. അവർ വലിയ തറവാട്ടുകാരാ.ധാരാളം സ്വ ത്തുവകകളും ഉണ്ട്. ചെറുക്കന് സർക്കാർ ഉദ്യോഗവും ."

" ഞാൻ അമ്മയോട് എനിക്ക് ഇപ്പോൾ വിവാഹം വേണ്ടെന്ന് പറഞ്ഞായിരുന്നല്ലോ "

" പിന്നെ എന്താ നിന്റെ ഭാവം മൂത്ത് നരച്ചു ഇവിടെ ഇരിക്കാമെന്നോ "

" അങ്ങനെ ആണെങ്കിൽ അങ്ങനെ "

" നീ നാട്ടുകാരെക്കൊണ്ട് പറയിപ്പിച്ചേ അട ങ്ങൂ. പലതും ഞാൻ കേൾക്കുന്നുണ്ട് ."

" ഞാൻ നാട്ടുകാരുടെ ചിലവിലല്ല ജീവി ക്കുന്നത് "

" ഈ സമൂഹത്തിലാണ് നീ ജീവിക്കുന്നത് എന്നോർമ്മ വേണം. എല്ലാം കണ്ടും കേട്ടും തന്നെ ജീവിക്കണം. നാട്ടുകാരെ പേടിക്കേ ണ്ടിടത്ത് പേടിക്കുക തന്നെ വേണം. "

അമ്മയോട് വാദപ്രതിവാദത്തിനിറങ്ങി യാൽ അമ്മ അതിനു വേണ്ടി തന്നെ തുനി ഞ്ഞിറങ്ങും. അത് ആമിക്ക് നന്നായി അറി യാം. ഒഴിഞ്ഞു മാറുകയാണ് നല്ലത്. അവൾ കറി അടുപ്പിൽ വച്ച് അടുപ്പ്

കത്തുന്നുണ്ടോ എന്ന് പാളി നോക്കി ,നനയ്ക്കാനുള്ള വസ്ത്രങ്ങളുമായി കിണറ്റിൻ കരയിലേക്ക് നടന്നു.അലക്കികൊണ്ടിരിക്കുമ്പോഴും അ വളുടെ മനസ്സ് എവിടെയൊക്കെയോ സഞ്ചരിക്കുകയായിരുന്നു.ആരും തന്റെ ഭാഗത്ത് നിന്നും ചിന്തിക്കുന്നില്ല. പണവും സ്വത്തുവകകളും മാത്രമാണോ വിവാഹം എന്ന ഒരു ആയുഷ്ക്കാല കരാറിന് ഒരു സ് ത്രീ ഒരു പുരുഷന് കഴുത്ത് നീട്ടി കൊടുക്കു വാൻ വേണ്ട അടിസ്ഥാന മാനദണ്ഡം . അതിൽ മനസ്സിന്റെ ഐക്യത്തിന് ഒരു സ്ഥാനവും ഇല്ലേ.മനസ്സിന് ഇഷ്ടപ്പെട്ട പുരുഷനോടൊപ്പം ജീവിക്കാനുള്ള സ്വാതന്ത്ര്യം പോലും ഒരു സ്ത്രീ ആഗ്രഹിക്കരുതെന്നാണോ. കുട്ടേട്ടന് പകരം മറ്റൊരു പുരുഷൻ തന്റെ ജീവിത ത്തിൽ ഇല്ലെന്ന് താൻ പണ്ടേ തീരുമാനിച്ച താണ്. അതിനു ആരൊക്കെ മുറവിളി കൂട്ടി യാലും മാറ്റമില്ല. ജീവിക്കുന്നെങ്കിൽ ഒരുമിച്ച് അല്ലെങ്കിൽ ഈ മനസ്സും ശരീരവും മറ്റൊരു പുരുഷന് അടിയറ വയ്ക്കില്ല. അവൾ അലക്കിയതിനു ശേഷം കുളിക്കുവാനുള്ള വസ്ത്രങ്ങളുമായി കുളിമുറിയിലേക്ക് കടക്കവേ അല്പം ദൂരെ നിന്നും പ്രീത നടന്നു വരുന്നത് കണ്ടു. കയ്യിലുള്ള വസ്ത്രങ്ങൾ കുളിമുറിയിലെ അഴയിൽ നിക്ഷേപിച്ചതിനു ശേഷം അവൾ തിരിച്ചു വന്നു.

പ്രീത മുറ്റത്ത് എത്തിയിരുന്നു.ആമി അവളെ നോക്കി പുഞ്ചിരിച്ചു കൊണ്ട് സ്വാഗതമരുളി. പ്രീത അടുക്കളയിലേക്ക് കയറി. പ്രീതയെ കണ്ട ഭവാനിയമ്മയും അടുക്കളയിലേക്ക് വന്ന് അവളോട് പറഞ്ഞു

" പാവം ആ കൊച്ച്. ഇവിടെയൊക്കെ വന്ന് കളിക്കുന്ന കുഞ്ഞല്ലായിരുന്നോ. അതിനിങ്ങനെ ഒരു വിധി. മനുഷ്യൻമാർക്ക് എന്ത് ചെയ്യാൻ കഴിയും ദൈവം തീരുമാനിക്കുന്നതല്ലേ നടക്കൂ.ഓപ്പറേഷൻ ചെയ്യാനിരുന്നതാണെന്ന് പറയുന്നത് കേട്ടു.ഓ അതിന്റെ കിടപ്പ് കാണാൻ വയ്യായിരുന്നു...!"

" നമുക്ക് എന്ത് ചെയ്യാൻ കഴിയും ഭവാനിയമ്മേ. ദൈവം അവൾക്ക് അത്രയേ ആയുസ്സ് വിധിച്ചിരുന്നുള്ളൂ എന്ന് സമാധാനിക്കുവാനല്ലാതെ... "

" അമ്മയെവിടെ നിന്റെ.. വീട്ടിലേക്ക് വന്നില്ലേ "

"അമ്മയുടെ നിർബന്ധം കാരണം എല്ലാവരും വീട്ടിലേക്ക് വന്നു.അമ്മായി ഭക്ഷണം പോലും കഴിക്കത്തില്ലായിരുന്നു. എപ്പോഴും കരച്ചിൽ...അവിടെ കഴിയുമ്പോൾ അവർക്ക് അസ്വസ്ഥത കൂടും...

ഇവിടെ താമസിച്ചു ഒരു മാറ്റം ഉണ്ടാവട്ടെ."

"അത് എന്തായാലും നന്നായി. ആ കൊച്ചിനെ അങ്ങനെ മറക്കാൻ സാധിക്കുമോ മല്ലികയ്ക്ക്.അതിന്റെ ഒരു വിധി. തങ്കം പോലുള്ള ഒരു സുന്ദരിക്കൊച്ചല്ലേ. എന്തായിരുന്നു അതിന്റെ ഒരു ചുറുചുറുക്ക്. ഞങ്ങൾക്കെല്ലാവർക്കും അവളെ വലിയ സ്നേഹമായിരുന്നു..."

മൂന്നുപേരും അല്പസമയത്തേക്ക് ഒന്നും മിണ്ടാനാവാതെ നിന്നു. ഒരു പക്ഷേ അവളുടെ മുഖം ഓർത്തു പോയതാവണം...എല്ലാവരും...

12

പന്ത്രണ്ട്

പതിവിലും നേരം വൈകിയിരുന്നു അന്ന് ലോഡിങ്ങ് കഴിഞ്ഞ് തിരികെ എത്താൻ. ഒന്ന് രണ്ട് തമിഴന്മാരായ തൊഴിലാളികൾ പൊങ്കലിന് നാട്ടിലേക്ക് പോയിരുന്നു.അത് കൊണ്ട് തന്നെ ലോഡിങ്ങ് ഒത്തിരി സമയം കൂടുതൽ എടുത്തു.ബംഗ്ലാവിൽ നിന്നും കുളികഴിഞ്ഞു,അത്താഴം കഴിക്കാൻ കൃഷ് ണേട്ടന്റെ വീട്ടിലേക്ക് നടന്നു. കാടിനുള്ളിൽ നിന്നും ശബ്ദ കോലാഹലങ്ങൾ കേൾക്കാം. മരം കോച്ചുന്ന തണുപ്പും. നല്ല നിലാവും ഉണ്ട്. മുതലാളി അഞ്ചു കട്ടയുടെ ഒരു ടോർച്ച് നാട്ടിൽ നിന്നും കൊടുത്തയ ച്ചിരുന്നു.ടോർച്ചും തെളിയിച്ച് കൊണ്ട് നടന്നു. നല്ല ഉറക്ക ക്ഷീണവും ഉണ്ട്. ഏഴു മണിമുതലുള്ള ഓട്ടം ഇപ്പോഴാണ് ഒന്ന് അവസാനിച്ചത്. ഇനി അത്താഴവും കഴിച്ചു കിടക്കുന്നതെ ഓർമ്മ കാണൂ. പിന്നെ രാവി ലെ മാത്രമേ എഴുന്നേൽക്കൂ. അത്രയ്ക്ക് ക്ഷീണം. തോട്ടത്തിന്റെ അതിർത്തി കടക്കാറായപ്പോൾ പെട്ടെന്ന് വനത്തിനു ള്ളിൽ നിന്നും എന്തോ ഒരു അനക്കം പോലെ എനിക്ക് തോന്നി. എന്തോ എന്റെ പുറത്തു വന്ന് തട്ടിയതും മലർന്നു വീണതും ഒരുമിച്ച്. ശബ്ദം വായിൽ നിന്നും പുറത്ത് വരാത്ത അവസ്ഥ. ആകെ മരവിച്ചിരുന്ന ഇടത്തെ കൈക്ക് വീണ്ടും എന്തോ വന്നു തട്ടി. കൈ ഒടിഞ്ഞു നുറുങ്ങുന്ന പോലെയുള്ള വേദന. ഒരു അലർച്ചയും.. താൻ ആനയുടെ ആക്രമണത്തിലാണെന്ന് പ്രസാദിന് മനസ്സിലായി. ആനപിണ്ടത്തിന്റെ രൂക്ഷഗന്ധം വായുവിൽ. കയ്യിലുള്ള ടോർച്ച് എവിടെയോ തെറിച്ചു വീണിരിക്കുന്നു. മരണം മുന്നിൽ കണ്ട നിമിഷങ്ങൾ. സർവ്വശക്തിയുമെടുത്ത് വീണിടത്തുനിന്നും എഴുന്നേറ്റ് ഓടി. പിന്നീട് ബോധം വരുമ്പോൾ

ഞാൻ കൃഷ്ണേട്ടന്റെ വീടിന്റെ തിണ്ണയിലാണ്. എങ്ങനെ താൻ ഓടി അവിടെവരെ എത്തി എന്നതിന് ഒരു രൂപവുമില്ല. എന്തോ അലർച്ച കേട്ട് പുഷ്പ ചേച്ചിയും രജനിയും ഓടി വന്നു നോക്കിയതാണ്..അവർ എടുത്ത് തിണ്ണ യിൽ എത്തിച്ചതാകും. ആരോ ടൗണിൽ പോയി ഭിഷഗ്വരനെ കൊണ്ട് വന്നിരിക്കുന്നു. കുട്ടപ്പായി ആന്നെന്നു തോന്നുന്നു. അസഹ്യ മായ വേദന ശരീരമാസകലം. ഇടത്തെ കൈയുടെ അസ്ഥിപൊട്ടിയിരുന്നു. തലയി ലും മുറിവുണ്ട്. കാലുകൾക്കും പരിക്കുണ്ടാ യിരുന്നു. കൈ ബാന്റേജ് ചെയ്യുവാനും മുറിവുകൾ തുന്നി ചേർക്കുവാനും അശോ കൻ ഡോക്ടറുടെ ഡിസ്പെൻസ്സ റിയിലേക്ക് പോകേണ്ടി വന്നു. അതിനു കുട്ടപ്പായി ഇച്ചായന്റെ വണ്ടി വിളിച്ചു കൊണ്ട് വന്നു. പരിപൂർണ്ണ വിശ്രമം ഡോക്ടർ കുറിച്ചു.മുറിവുകൾ കൂടിച്ചേ രുവാനും കൈ പൂർവ്വസ്ഥിതിയിലാകുവാ നും കുറച്ചു സാവകാശം വേണ്ടി വരും. ഭക്ഷ ണം ബംഗ്ലാവിൽ നിന്നും വന്നു കഴിക്കാൻ വയ്യാത്ത അവസ്ഥ കാരണം കൃഷ്ണേട്ടന്റെ വീട്ടിലേക്ക് എന്റെ താമസം മാറ്റി. എന്റെ കാര്യങ്ങളിൽ രജനി അത്യുൽസ്സാഹം കാണിച്ചു. പരസഹായം ഇല്ലാതെ എനിക്ക് ഒരു കാര്യങ്ങളും ഒറ്റയ്ക്ക് ചെയ്യാൻ വയ്യാത്ത അവസ്ഥ. പ്രഭാതകൃത്യങ്ങൾക്ക് കൃഷ്ണേട്ടൻ ബാത്ത്റൂമിൽ എന്നെ എത്തി ച്ചുതരും. എന്റെ ഭക്ഷണം, സമയത്തിനുള്ള മരുന്നുകൾ എന്റെ മുഷിഞ്ഞ വസ്ത്രങ്ങൾ അലക്കിയിടുക ഇങ്ങനെയുള്ള കാര്യങ്ങൾ രജനിയായിരുന്നു ചെയ്തു കൊണ്ടിരുന്നത്. ആ സ്ഥിതിയിൽ അവളോട് മറുത്ത് പറയാനും വയ്യാത്ത അവസ്ഥ. നാല് അഞ്ച് ദിവസം കൂടുമ്പോൾ കിടക്കവിരിയും മറ്റും അവൾ തന്നെയായിരുന്നു മാറ്റിയിരുന്നത്. നിരന്തരമായ സാമീപ്യം അവളിൽ എന്തോ മാറ്റങ്ങൾ പ്രതിഫലിച്ചു തുടങ്ങി . എനിക്ക് ആമിയെക്കുറിച്ച് അവളോട് തുറന്നു പറയണം എന്നുണ്ടായിരുന്നു. എന്നെ മനസാവരിച്ച് എന്നെയും സ്വപ്നം കണ്ടു ഒരു പെൺകുട്ടി എന്നെ കാത്തിരിക്കുന്നു ണ്ടെന്ന് അവളോട് ഉറക്കെ പറയണം എന്ന് തോന്നി.പക്ഷേ എന്തോ അവളോട് ആ കാര്യം തുറന്നു പറയാൻ എനിക്ക് സാധിച്ചില്ല. പറയാൻ വൈകുന്തോറും വലിയ അപകടങ്ങളിലേക്കാണ് അവളെ ഞാൻ തള്ളിവിടുന്നതെന്ന ഉത്തമബോദ്ധ്യം എനിക്ക് ഉണ്ട്. ആ അവസ്ഥയിൽ അവൾ എന്നിൽ നിന്നും അകലുവാൻ ഞാൻ ആഗ്രഹിച്ചിരുന്നില്ല.

അവളെ ആ സമയം എന്നിൽ പിടിച്ചു നിർത്തുവാൻ ഞാൻ ശ്രമിച്ചു.സാവധാനം അവളോട് കാര്യങ്ങൾ തുറന്നു പറയാം എന്ന് കരുതി.

കൃഷ്ണേട്ടൻ തോട്ടത്തിലെ തൊഴിലാളികളുടെ കണക്കും കാര്യങ്ങളും എന്നെ കൃത്യം ഏൽപ്പിച്ചു. ശനിയാഴ്ച കളിൽ അദ്ദേഹത്തിനു സഹായിയായി കുട്ടപ്പായിയെയും ഞാൻ അയച്ചു പോന്നു.

കൃഷ്ണേട്ടനും പുഷ്പചേച്ചിയും തോട്ടത്തിലേക്ക് പോയാൽ ഞങ്ങൾ തനി ച്ചായിരുന്നു വീട്ടിൽ . അവൾ അവളുടെ ജോലിയൊക്കെ തീർത്ത് എന്നോട് സംസാ രിച്ചിരിക്കുമായിരുന്നു. ഞങ്ങളുടെ സംഭാഷ ണങ്ങൾക്കിടയിൽ ചിത്രകലയും അവളുടെ ചിരകാലഅഭിലാഷമായിരുന്ന ചിത്രപ്രദർശ നവും വീണ്ടും വന്നു. അത് നമുക്ക് ഉടനെ ചെയ്യാമെന്ന് ഞാൻ ഉറപ്പും കൊടുത്തു. ക്രമേണ എന്റേ ശരീരികാവസ്ഥ ഭേദമാകാൻ തുടങ്ങി.നല്ല മഴയുള്ള ഒരു ദിവസം ഊണ് കഴിഞ്ഞു ഉച്ചയുറക്കത്തി ലായിരുന്ന എന്റെ മാറിൽ ആരോ കിടക്കുന്ന പോലെ എനിക്ക് തോന്നി. ഞാൻ ഞെട്ടിത്തരിച്ചു എഴുന്നേറ്റു.

" രജനി, നീ "

"ഞാൻ വല്ലാതെ സ്നേഹിക്കുന്നു നഷ്ടപ്പെടുത്താൻ വയ്യാ. എങ്ങനെ എന്റെ സ്നേഹം അറിയിക്കണമെന്നെനിക്കറിയി ല്ല. "

ഞാൻ ആകെ വല്ലാതായി.ഒരു മകനെ പോലെ തന്നെ സ്നേഹിക്കുന്ന കൃഷ്ണേ ട്ടനും പുഷ്പചേച്ചിയും. തന്നെ ജീവന് തുല്യം സ്നേഹിക്കുന്ന തന്റെ ആമിയെയും ഒരു നിമിഷം ഓർത്തു പോയി.അവളെ ഞാൻ ആ തെറ്റിൽ നിന്നും പിന്തിരിപ്പിക്കാൻ നോക്കി.ഒടുവിൽ ആമിയെ പറ്റി അവളോട് തുറന്നു പറയാൻ ഞാൻ ഉറച്ചു.

"രജനി.. ഞാൻ നാട്ടിൽ ഒരു പെൺകുട്ടിയുമായി സ്നേഹത്തിലാണ്." ഞാൻ ആമിയെപ്പറ്റി അവളോട് തുറന്നു പറഞ്ഞു. അവൾ നിർത്താതെ എങ്ങലടിച്ചു കരഞ്ഞു കൊണ്ടിരുന്നു .അവളെ ആശ്വസി പ്പിക്കാൻ വാക്കുകളില്ലാതെ ഞാൻ പരുങ്ങി. അവൾ കരഞ്ഞു കൊണ്ടെന്റെ മാറിലേക്ക് ചാഞ്ഞു. എന്നിലെ മൃഗം അറിയാതെ ഉണർ ന്നു. ഞാൻ ഗാഢമായി അവളെ പുണർന്നു. നെറ്റിയിൽ ഉമ്മവച്ചു. അവൾ ഒരു മാൻ കുഞ്ഞിനെപോലെ എന്റെ മാറിലൊതുങ്ങി. എന്റെ

ചുണ്ടുകൾ അവളുടെ കഴുത്തിൽ എന്തോ പരതി നടന്നു.അടുത്ത നിമിഷം വിറയാർന്ന അവളുടെ ചുവന്നു തുടുത്ത അധരങ്ങളിൽ എന്റെ ചുണ്ടുകൾ അഭയം തേടി.അവൾ വികാരത്തള്ളിച്ചയോടെ എ ന്നെ ഇറുകെ പുണർന്നു.പുറത്ത് അപ്പോഴും മഴ പെയ്യുന്നുണ്ടായിരുന്നു. ഞാൻ അവളി ലേക്ക് കൂടുതൽ അലിഞ്ഞു ചേർന്നു മഴത്തുള്ളികൾ മണ്ണിലേക്കലിഞ്ഞു ചേരുന്നത് പോലെ.

13

പതിമൂന്ന്

പ്രീത കമ്പി അടിച്ചിരിക്കുന്നു......!!!

ആമിച്ചേച്ചിയുടെ കല്യാണം തീരുമാനിച്ചി രിക്കുന്നു. വേണ്ടത് ചെയ്യുക.

അപ്രതീക്ഷിതമായിരുന്നു അത്... ഇത്ര പെട്ടെന്നു താൻ പ്രതീക്ഷിച്ചിരുന്നില്ല. എന്ത് ചെയ്യും. ഏത്രയും പെട്ടെന്ന് ഒരു പോംവഴി കണ്ടെത്തേണ്ടിയിരിക്കുന്നു. അവളെ നഷ്ട പ്പെടുത്തുവാൻ വയ്യാ. ജീവിതത്തിലെ ഒരു നിർണ്ണായകഘട്ടം വന്നു ചേർന്നിരിക്കുന്നു. അവളുടെ വീട്ടിൽ പോയി അവളെ കടത്തിക്കൊണ്ട് വരിക അത്ര എളുപ്പമായിരിക്കില്ല. അവളെയും കൊണ്ട് താൻ ഇവിടെ എസ്റ്റേറ്റിലേക്ക് വന്നാൽ അവളുടെ അച്ഛനും ബന്ധുക്കളും ഇവിടെയും അവളെ അന്വേഷിച്ച് എത്തും. തനിക്ക് ഒറ്റയ്ക്ക് ചെറുത്ത് നിൽക്കാൻ കഴിഞ്ഞില്ലെന്നു വരും. ആമിയുടെ അച്ഛൻ ജാതീയത വച്ച് പുലർത്തുന്നൊരു വ്യക്തിയാണ്.അയാൾ അടങ്ങിയിരിക്കില്ല. താഴ്ന്ന ജാതിക്കാരുടെ വിവാഹത്തിനും പുലകുടിയിലിനും ഒന്നും പങ്കെടുക്കാത്ത വ്യക്തിയാണ് അയാൾ. അതുകൊണ്ട് തന്നെ സ്വന്തം മകളെ ഒരു ഈഴവ ചെറുക്കൻ കടത്തിക്കൊണ്ട് പോയാൽ അയാൾ എങ്ങനെ സഹിക്കും . അവരുടെ ജാതിഭ്രാന്തന്മ്മാർ ഉണരും. അത് കൂടുതൽ സങ്കീർണ്ണമായ പ്രശ്നങ്ങളിലേക്ക് വഴിതെ ളിക്കും. ആരുടെയെങ്കിലും സഹായം കൂടിയേ തീരൂ. വർഗീസ് ഇച്ചായനോട് കാര്യം പറഞ്ഞാലോ. അല്ലാതൊരു പോംവഴി തന്റെ മുമ്പിൽ തെളിഞ്ഞു കാണുന്നില്ല. പുള്ളി തയ്യാറാകുമോ. വാഹനവും അത്യാവശ്യമാണ്. കുട്ടപ്പായിയോടും കാര്യം പറയാം. അവൻ തോട്ടത്തിലേക്ക്

എത്താറാവുന്നതേയുള്ളൂ. ഓരോ നിമിഷ വും ഓരോ യുഗം പോലെ തോന്നുന്നു. പ്ര സാദ് കൂട്ടിലിട്ട വെരുകിനെ പോലെ ബംഗ്ലാവിന്റെ മുറ്റത്ത് ഉലാത്തിക്കൊണ്ടിരു ന്നു.

അല്പസമയം കഴിഞ്ഞപ്പോൾ കുട്ടപ്പായി അവന്റെ സ്വതസിദ്ധമായ ശൈലിയിൽ ഒരു തമിഴ് പാട്ടും പാടി സൈക്കിളിൽ ബംഗ്ലാവി ന്റെ ഗെയിറ്റ് കടന്നു വന്നു.

അവനെ കണ്ടപ്പോൾ അവന്റെ അരികിലേക്ക് പ്രസാദ് ഓടിച്ചെന്നു. കയ്യിലു ള്ള കടലാസ് ഉയർത്തിക്കാണിച്ചുകൊണ്ട വനോട് പറഞ്ഞു

"കുട്ടപ്പായി ആമിയുടെ കല്യാണം ഉറപ്പിച്ചിരിക്കുന്നു. എന്തെങ്കിലും ഉടനെ ചെയ്യണം. ഇപ്പോൾ തന്നെ നാട്ടിലേക്ക് പുറപ്പെടണം" കുട്ടപ്പായിക്ക് പെട്ടെന്ന് കാര്യം മനസ്സിലായില്ല.അവൻ പ്രസാദിന്റെ മുഖ ത്തും കടലാസിലും മാറി മാറി നോക്കി. അവനോട് കാര്യങ്ങൾ വിശദീകരിച്ചപ്പോൾ അവൻ പറഞ്ഞു.

" തലൈവരെ ഒരു കാര്യം ചെയ്യാം. ഇച്ചായൻ രാവിലെ ഓട്ടം കഴിഞ്ഞു വീട്ടിലു ണ്ടാകും. വീട്ടിൽ ഇല്ലെങ്കിൽ ശേഖരിച്ച റബ്ബർ ഷീറ്റ് കൊണ്ട് കൊടുക്കുവാൻ മാനന്തവാടി ടൗണിൽ പോയിട്ടുണ്ടാകും. എങ്കിൽ ഉച്ചയ്ക്ക് ശേഷം നോക്കിയാൽ മതി. ആദ്യം പുള്ളിയെ കണ്ട് കാര്യങ്ങൾ പറഞ്ഞു സമ്മതിപ്പിക്കണം. നിങ്ങൾ ബാഗ് ഒക്കെ ശരിയാക്കി വയ്ക്ക്. ഞാൻ പുള്ളിയെയും കൊണ്ട് വരാം "

കുട്ടപ്പായി സൈക്കിളിൽ കെട്ടിയിരുന്ന ചായപ്പാത്രം അഴിച്ചു.പലഹാരം സൂക്ഷി ച്ചിരുന്ന സഞ്ചിയും എടുത്ത് ബംഗ്ലാവിന്റെ തിണ്ണയിൽ വച്ചു. സൈക്കിൾ സർവ്വ ശക്തിയും എടുത്ത് ചവിട്ടി ഗെയ്റ്റു കടന്നു മറഞ്ഞു. പ്രസാദ് അകത്തു കയറി അത്യാവശ്യം വേണ്ട തുണിത്തരങ്ങൾ എടുത്ത് ബാഗിൽ തിരുകി. മേശ വലിപ്പിലുണ്ടായിരുന്ന കാശ് എടുത്ത് പോക്കറ്റിൽ വച്ചു.എത്ര ദിവസം ഈ അലച്ചിൽ വേണ്ടി വരുമെന്നറിയില്ല. അവളെ കാണാൻ പറ്റുമോ എന്ന് പോലും അറിയില്ല.ഒരെത്തും പിടിയും കിട്ടാത്ത അവസ്ഥ.

കുട്ടപ്പായി മടങ്ങി വരുമ്പോൾ പ്രസാദ് ബാഗുമെടുത്ത് ഗെയിറ്റിന് വെളിയിൽ നിൽക്കുകയായിരുന്നു.

" തലൈവരെ ഇച്ചായൻ അവിടില്ല.. മാനന്തവാടിയ്ക്ക് പോയിരിക്കുവാ. നമുക്ക് ടൗണിലേക്ക് പോകാം അവിടെ നിന്നും തീരുമാനിക്കാം എന്ത് ചെയ്യണമെന്ന്. എനിക്ക് തോന്നുന്നത് ഇച്ചായൻ

വരുന്നത് വരെ കാത്തിരിക്കുകയാണുചിതം .വാഹനം നമുക്ക് അത്യാവശ്യമാണ്. "

" സാരമില്ല അങ്ങനെ തന്നെ ചെയ്യാം "

പ്രസാദ് സൈക്കിളിന്റെ പിന്നിൽ കയറി. കുട്ടപ്പായി സർവ്വശക്തിയുമെടുത്തു പെടൽ ആഞ്ഞു ചവുട്ടി.

" പോകുന്ന വഴിക്ക് കൃഷ്ണേട്ടനെ ഒന്ന് കാണണം. " പ്രസാദ് പറഞ്ഞു

കൃഷ്ണേട്ടൻ വീട്ടിൽ തന്നെ ഉണ്ടായിരുന്നു.

" എന്നതാ കുഞ്ഞേ ഇത്ര ദൃതി, എവിടെ പോകുവാ "

" കൃഷ്ണേട്ടാ എല്ലാം വന്നിട്ട് വിശദമായി പറയാം. ഇപ്പോൾ അത്യാവശ്യമായി ഞാൻ നാട്ടിൽ പോകുവാ." അങ്ങനെ പറഞ്ഞെങ്കിലും പോയിട്ട് തിരികെ വരാൻ സാധിക്കുമോ എന്നത് ദൈവത്തിന് മാത്രം അറിയാവുന്ന കാര്യം പ്രസാദ് മനസ്സിൽ പറഞ്ഞു.

കുട്ടപ്പായി സൈക്കിൾ പറപ്പിച്ചു. ടൗണിൽ നായരുടെ കടയുടെ പരിസരം സൈക്കിൾ വച്ചു. നായരുടെ കടയിൽ കയറി കുട്ടപ്പായി വിശപ്പകറ്റി. പ്രസാദിനെ വല്ലതും കഴിക്കാൻ അവൻ നിർബന്ധിച്ചു. അവൻ അതിനു പറ്റിയ മാനസികാവസ്ഥയിൽ അല്ലാത്തത് കൊണ്ട് വേണ്ട എന്ന് പറഞ്ഞു. ഏത്രയും പെട്ടെന്നു ഇച്ചായനെ കണ്ടു പിടിക്കണം.അത് മാത്രമായിരുന്നു അവന്റെ മനസ്സിൽ.

" ഒരു കാര്യം ചെയ്യാം, നമുക്ക് ഏത്രയും പെട്ടെന്നു മാനന്തവാടിയിലേക്ക് പോകാം. ഇച്ചായൻ സ്ഥിരമായി ചരക്ക് കൊടുക്കുന്ന കടയെനിക്ക് അറിയാം. ഞാൻ മൂന്ന് നാലുതവണ പുള്ളിയോടൊപ്പം പോയിട്ടുള്ളതാ.അവിടെ ചെന്നു അവരെ കണ്ടു കാര്യം പറയാം. വൈകുന്നേരത്തിനു മുൻപ് നിങ്ങളുടെ നാട് പിടിക്കണം. കുറച്ച് കാര്യങ്ങൾ കൂടി ആസൂത്രണം ചെയ്യാനുണ്ട്. ബസ് വന്നിട്ടുണ്ട്. ഇവിടെ നിന്നും ഈ ബസ്സിൽ ഒരു മണിക്കൂർ മാനന്തവാടിക്ക്. ഇപ്പോൾ സമയം പതിനൊന്നു മണി വേറെ തടസങ്ങൾ ഒന്നും ഇല്ലെങ്കിൽ ഇവിടെ നിന്നും ഒരു പന്ത്രണ്ട് പന്ത്രണ്ടേ കാലിനുള്ളിൽ മാനന്തവാടി. അവിടെ നിന്നും ഇച്ചായനെ കണ്ടു പിടിച്ചു കാര്യങ്ങൾ അവതരിപ്പിച്ച് ഒരു നാലുമണിക്കുള്ളിൽ നിങ്ങളുടെ നാട്ടിൽ എത്തും. അതിനു ശേഷം കുറച്ചു കാര്യങ്ങൾ ആസൂത്രണം ചെയ്യാനുണ്ട് . ഞാൻ വഴിയേ പറയാം. വേഗം വാ "

ഞങ്ങൾ ധൃതിയിൽ ചായക്കടയിൽ നിന്നും ഇറങ്ങി ഓടി ബസ്സിൽ കയറി. ബസ് പുറപ്പെടാറായിരുന്നു.

ബസ് മാനന്തവാടി സ്റ്റാൻഡ് അടുക്കാറായപ്പോൾ കുട്ടപ്പൻ സീറ്റിൽ നിന്നും എഴുന്നേറ്റു.

"ഇവിടെ തന്നെയുള്ള ഒരു കടയിലാ സാധാരണ പുള്ളി വരാറുള്ളത്...നോക്കാം വരൂ"

കുട്ടപ്പായി പറഞ്ഞ കടയിൽ വർഗീസ് ഇല്ലായിരുന്നു. ഞങ്ങൾ ഒരു ഓട്ടോയെടുത്ത് പുള്ളിയെ അന്വേഷിച്ച് ഒന്ന് രണ്ട് കടകൾ കൂടി കയറിയിറങ്ങി. ഒരു കടയിൽ ജോലിക്കാരനോട് അന്വേഷിച്ചു

"അയാളിവിടെ ഉണ്ടായിരുന്നല്ലോ. ചിലപ്പോൾ പിറകിലുള്ള ഗോഡൗണിൽ കാണും. അവിടെ ഒന്ന് നോക്കെ " എന്ന മറുപടി കിട്ടി

അയാൾ പറഞ്ഞത് പ്രകാരം ഞങ്ങൾ ഗോഡൗണിലേക്ക് ചെന്നു. അവിടെ ഒരു മേശയിൽ കണ്ണടച്ചു മലർന്നു കിടക്കുകയായിരുന്നു ഇച്ചായൻ. കുട്ടപ്പൻ അയാളെ തട്ടി വിളിച്ചു. അയാൾ ആശ്ചര്യത്തോടുകൂടി ഞങ്ങളെ നോക്കി.

"അല്ല മനുഷ്യാ നിങ്ങളെ എവിടെയൊക്കെ തിരക്കി.ഒരു കാര്യമുണ്ട് പറയാം."

കുട്ടപ്പായി കാര്യങ്ങളൊക്കെ അയാളോട് വിശദമായി പറഞ്ഞു.

"ഞാൻ ഒരു പാർട്ടിയെയും കൊണ്ട് ചരക്കുമായി വന്നതാണ്.അവരെ നാട്ടിലേക്ക് തിരിച്ചിറക്കി കൊടുക്കണം അതുമാത്രമല്ല എനിക്ക് വരാനുള്ള ഒരു സാഹചര്യം ഇല്ല. വീട്ടിൽ ഭാര്യയും കൊച്ചുങ്ങളും മാത്രമേ ഉള്ളൂ .."

"ഇച്ചായൻ ഈ സമയം ഞങ്ങളെ കൈവിടരുത്. ഒരു വല്ലാത്ത പ്രതിസന്ധിയിൽ അകപ്പെട്ടിരിക്കുകയാണ്.

നിങ്ങളോട് കാര്യങ്ങളൊക്കെ വിശദമായി പറഞ്ഞതല്ലേ. ഈ അവസ്ഥയിൽ ഞങ്ങളെ സഹായിക്കാൻ വേറെ ആരുമില്ല"

ഏറെ നേരത്തേ ശ്രമത്തിനിടയിൽ ഇച്ചായൻ ഞങ്ങളോട് അലിവ് തോന്നി വരാമെന്ന് സമ്മതിച്ചു. അപ്പോഴാണ് എനിക്ക് ശ്വാസം നേരെ വീണത്. അയാൾ പാർട്ടിയോട് എന്തോ കള്ളം പറഞ്ഞു ഞങ്ങൾ മൂവരും ജീപ്പിൽ നാട്ടിലേക്ക് പുറപ്പെട്ടു. ജീപ്പ് ഓടികൊണ്ടിരിക്കുമ്പോൾ ഞങ്ങൾ ബാക്കിയുള്ള കാര്യങ്ങൾ ആസൂത്രണം ചെയ്തു.

"നിങ്ങളുടെ പെങ്ങൾ ആ വീട്ടിൽ പോകാറില്ലേ" ഇച്ചായൻ എന്നോട് തിരക്കി.ഞാൻ തലയാട്ടി.

"എങ്കിൽ പെങ്ങളോട് പറഞ്ഞു ആ പെൺകുട്ടി വരേണ്ട സമയവും സ്ഥലവും കുട്ടിയെ അറിയിക്കണം . അതിനുശേഷം നമ്മൾ അവിടെ പോയി ആ കുട്ടിയെ വാഹനത്തിൽ കയറ്റിക്കൊണ്ട് വരിക.." കാര്യങ്ങൾ ഇച്ചായൻ ഏറ്റെടുത്തു. അയാൾ ആക്സിലേറ്ററിൽ ആഞ്ഞു ചവിട്ടി. വാഹനം ശരം കണക്കെ ദൂരങ്ങൾ പിന്നിട്ടു. ചുരം ഇറങ്ങുമ്പോൾ എന്റെ മനസ്സിൽ നിറയെ ആശങ്കകളായിരുന്നു. ശാന്തമായിരുന്നില്ല മനസ്സ്, അത് എവിടെ യൊക്കെയോ സഞ്ചരിച്ചു കൊണ്ടിരുന്നു.

ഞങ്ങൾ മൂവരും മൂന്നര മണിയോട് കൂടിവീട്ടിൽ എത്തിച്ചേർന്നു. എന്റെ നിർദേശപ്രകാരം മുറ്റത്ത് ഒരരികുപറ്റി വാഹനം ഒതുക്കി.ഇച്ചായൻ എന്നോട് പറഞ്ഞു.

" സമയം കളയാനില്ല.ഏത്രയും പെട്ടെന്നു അനിയത്തിയെ കാര്യങ്ങൾ പറഞ്ഞു ബോധ്യപ്പെടുത്തി ആ കുട്ടിയുടെ അടുത്തേക്ക് പറഞ്ഞയക്കുക. ഒരു തരത്തിലും അവർക്ക് സംശയം തോന്നരുത്. "

വാഹനത്തിന്റെ ശബ്ദം കേട്ട നിമിഷം അവളും അമ്മയും അകത്ത് നിന്നും അന്ധാളിച്ചു കൊണ്ട് ഇറയത്തേക്ക് ഇറങ്ങി നിന്നു. ഞാൻ എല്ലാവരെയും പരിചയപ്പെടുത്തി.

" ഏട്ടൻ വരുന്നത് വരെ എനിക്ക് ആകെ ഭയമായിരുന്നു. എന്താ ചെയ്യേണ്ടതെന്ന ഒരു രൂപവുമില്ല. ഞങ്ങൾ ഇന്നലെയാണ് വിവാഹ കാര്യം അറിഞ്ഞത് എല്ലാം രഹസ്യമായി വച്ചിരിക്കയായിരുന്നു. പുറത്ത് വിടാതെ ആമിച്ചേച്ചിയെ വീട്ടിൽ തന്നെ പിടിച്ചു വച്ചിരിക്കയായിരുന്നു അയാള്. ഇപ്പോഴാ പകുതി ആശ്വാസമായത്. എന്റെ ഏട്ടൻ വന്നല്ലോ "

14
പതിനാല്

ഞങ്ങൾ പ്രീതയെ കാര്യങ്ങൾ പറഞ്ഞു ബോധ്യപ്പെടുത്തി. ആദ്യം അവൾ നന്നായി പേടിച്ചെങ്കിലും പിന്നീട് അവൾ എല്ലാത്തിനും ധൈര്യം കാണിച്ചു.ഇച്ചായൻ എന്നോട് പറഞ്ഞു

"നിങ്ങളെ നാട്ടുകാർ ആരും കാണരുത് പുറത്തേക്ക് പോകുകയുമരുത്. ആരെ ങ്കിലും കണ്ടാൽ രാഘവൻ നായരുടെ ചെവിയിൽ എത്തിയ്ക്കും. ഈ സമയം നിങ്ങൾ നാട്ടിലേക്ക് വന്നത് സംശയത്തിനി ടനൽകും "

ഇച്ചായൻ പറഞ്ഞതിൽ കാര്യമുണ്ടെന്ന് എനിക്ക് തോന്നി. എനിക്ക് മനസ്സിൽ മുഴുവൻ ആധിയായിരുന്നു.താനും ആമിയും ഈ നാട്ടിൽ നിന്നും കടന്നാലും അമ്മയും പ്രീതയും വലിയൊരു പ്രതിസന്ധിയിൽ അകപ്പെടാനുള്ള സാധ്യത ഉണ്ട്.രാഘവൻ നായർ അമ്മയെയും പ്രീത യെയും ഉപദ്രവിക്കാനുള്ള സാധ്യത തള്ളി ക്കളയാൻ പറ്റില്ല.വീട്ടിൽ മറ്റൊരു ആൺ തുണയില്ല. അവരെ സുരക്ഷിതരാക്കണം. അതിനൊരുത്തമ പോംവഴി അമ്മാവന്റെ വീട്ടിലേക്ക് അവരെ രഹസ്യമായി മാറ്റാം. താന്നെന്നു പറഞ്ഞാൽ അമ്മാവന് ജീവനാണ്. തന്റെ ആഗ്രഹങ്ങൾക്ക് അമ്മാ വൻ ഒരിക്കലും വിലങ്ങു തടിയായി നിൽക്കില്ല.അവിടെ അവർ സുരക്ഷിത രാണ്. അത്യാവശ്യം ആൾ ബലം അമ്മാവന്റെ കൂടെയും ഉണ്ട്. അമ്മാവൻ വിളിച്ചാലും ഓടിയെത്തുന്ന ഒരു കൂട്ടം ആൾക്കാർ അവരുടെ ചുറ്റുവട്ടത്തുണ്ട്. എല്ലാം ഒന്ന് ശുഭകരമായാൽ മതിയാ യിരുന്നു. ഓരോ നിമിഷവും ഉള്ളിലെ തീ ആളിപ്പടരുന്നത് പോലെ തോന്നുന്നു .മനസ്സിനൊരുസ്വസ്ഥതയില്ലായ്മ.

വൈകുന്നേരം അഞ്ചു മണിയോടു കൂടി പ്രീത ആമിയുടെ വീട് ലക്ഷ്യമാക്കി പുറപ്പെട്ടു. അവളിലും ചിന്തകളുടെ മേളമായിരുന്നു. ഏട്ടൻ വരുന്നതുവരെ താൻ ഇതികർത്തവ്യതാമൂഢയായിരുന്നു. അമ്മയും ആകെ തളർന്നിരിക്കുകയാ യിരുന്നു. ആമി ചേച്ചിയെ തന്റെ ഏട്ടത്തിയമ്മയായി താൻ പ്രതിഷ്ഠിച്ചു കഴിഞ്ഞു. ആമിച്ചേച്ചിക്ക് പകരം ആ സ്ഥാനത്ത് മറ്റൊരു പെണ്ണിനെ സങ്കൽപ്പിക്കുവാൻ പോലും വയ്യാ. ഏട്ടനും ഏട്ടത്തിയമ്മയും താനും അമ്മയും കൂടിയ ഒരു കുടുംബം സ്വപ്നം കണ്ടതായിരുന്നു. അച്ഛൻ പോയതിൽ പിന്നെ ഏട്ടനായിരുന്നു തന്റെ വീടിന്റെ വിളക്ക്. അതിന്റെ ഒളിമങ്ങാൻ താൻ ഒരിക്കലും അനുവദിക്കില്ല. തന്റെ ഏട്ടന് വേണ്ടി എന്ത് ത്യാഗവും സഹിക്കാൻ താൻ ഒരുക്കമാണ്. ചേച്ചിയെ കണ്ടു കാര്യങ്ങൾ എല്ലാം വള്ളി പുള്ളി തെറ്റാതെ പറയണം. അതിന് നെല്ല്യാട്ടിൽ ഭഗവതി തനിക്ക് ശക്തി തരട്ടെ.ആ വീട്ടിലേക്ക് കയറിച്ചെല്ലുമ്പോൾ അവർ തന്നെ അപമാനിക്കുമോ എന്നറിയില്ല.നാട്ടുകാർക്കെല്ലാം ഒരുവിധം തന്റെ ഏട്ടനും ആമിചേച്ചിയും തമ്മിലുള്ള ബന്ധം അറിയാം. അത് ഒരു പരസ്യമായ രഹസ്യമാണ്. എത്ര വേഗതത്തിൽ നടന്നിട്ടും തന്റെ കാലുകൾക്ക് വേഗത കുറഞ്ഞു വരുന്നത് പോലെ അവൾക്ക് തോന്നി. വയലേലകളിൽ തട്ടിയ മന്ദമാരുതൻ അവളെ തഴുകിക്കൊണ്ടിരുന്നുവെങ്കിലും പ്രീത നന്നായി വിയർത്തിരുന്നു.

പ്രീത ആമിയുടെ വീട്ടിലേക്ക് കയറി. ഛാ യമടിച്ച് വീട് മനോഹരമാക്കിയിരിക്കുന്നു. അന്തരീക്ഷത്തിൽ പെയിന്റിന്റെയും ടർപൈനിന്റെയും രൂക്ഷഗന്ധം തങ്ങി നിന്നു. സദ്യയ്ക്കുള്ള അരിയും പലവ്യഞ്ജനങ്ങളും പച്ചക്കറികളും ചാക്ക് കെട്ടുകളാക്കി ഉമ്മറത്ത് ഒരു അരികിൽ ചേർത്ത് കൂട്ടിയിട്ടിരിക്കുന്നു. മടഞ്ഞ ഓലക്കീറുകൾക്കൊണ്ട് മുറ്റം പന്തലിട്ട്, തുണികൾ കെട്ടി കമനീയമായി അലങ്കരിച്ചിരിക്കുന്നു. എങ്ങും ആഹ്ലാദം തിരതല്ലി. കൊച്ചു കുട്ടികൾ ബഹളം വച്ച് ചുറ്റിപ്പറ്റി നിന്നു.

" ഉം എങ്ങോട്ടാ "

ഘനഗംഭീരമായ ശബ്ദം പ്രീതയെ ചിന്തയിൽ നിന്നുണർത്തി. അവൾ ഭയന്ന് വിറച്ചു. ഒതയോത്ത് രാഘവൻ നായർ കണ്ണിൽ ഒരു തീനാളവുമായി മുന്നിൽ. പ്രീത അകത്തേക്കു കയറാൻ മടിച്ച് പരുങ്ങി നിന്നു.

"ചോദിച്ചത് കേട്ടില്ലേ"

പെട്ടെന്ന് അകത്തുനിന്നും ഭവാനിയമ്മ ഓടി വന്നു.

" നിങ്ങൾക്ക് കണ്ണ് കാണാതായോ മനുഷ്യാ പ്രീത കൊച്ചല്ല്യോ ഇത്. അവളെന്തു പിഴച്ചു."

മോള് വാ നീ അതൊന്നും സാരമാക്കേണ്ട. "

രാഘവൻ നായർ പിന്നെയൊന്നും മിണ്ടിയില്ല.അയാൾ തൂവർത്ത് മുണ്ടുമെടുത്ത് കലവറയിൽ പച്ചക്കറി നുറുക്കുകയായിരുന്ന പണിക്കാരുടെ അടുത്തേയ്ക്ക് നടന്നു.

ഭവാനിയമ്മ അവളെ അകത്തേയ്ക്ക് കൂട്ടിക്കൊണ്ടുപോയി. അവൾക്ക് ജാള്യത തോന്നി.

"ആ മോള് കുളിക്കുകയാ നീ ഇരിക്ക് അവൾ ഇപ്പോൾ വരും" അവർ മുറിയിലേക്ക് കൈ ചൂണ്ടിക്കൊണ്ട് അടുക്കളയിലേക്ക് നടന്നു. പ്രീത റൂമിൽ കയറി കിടക്കയിൽ ഇരുന്നു. അൽപസമയം കഴിഞ്ഞപ്പോൾ ആമി നിറുകയിൽ തുവർത്ത് കെട്ടി മുറിയിലേക്ക് കയറിവന്നു. പ്രീതയെ കണ്ടപ്പോൾ ആമി ഇപ്പോൾ പൊട്ടിക്കരയും എന്ന് തോന്നി.

"ഞാൻ ഏട്ടൻ പറഞ്ഞിട്ട് വന്നതാ.മൂപ്പര് വന്നിട്ടുണ്ട്. കുറച്ചു കാര്യങ്ങൾ സംസാരിക്കാൻ ഉണ്ട് " അവൾ മെല്ലെ ചെവിയിൽ പറഞ്ഞു. അവൾ കാര്യങ്ങൾ ആമിയെ ബോധിപ്പിച്ചു. " കാര്യങ്ങളൊക്കെ മനസ്സിലായില്ലേ ഒരു തരത്തിലും ആർക്കും സംശയത്തിനിട കൊടുക്കരുതെന്ന് ഏട്ടൻ പ്രത്യേകം പറഞ്ഞു". സ്വതവേ ചുവന്ന ആമിയുടെ മുഖം കൂടുതൽ രക്തവർണ്ണമായി. ഒരു പാൽപുഞ്ചിരി ആ മുഖത്ത് വിരിഞ്ഞു. ഉറക്കക്കുറവ് അവളുടെ മുഖത്ത് വ്യക്തമായും നിഴലിച്ചിരുന്നു.ആർക്കും സംശയം കൊടുക്കാതിരിക്കുവാൻ പ്രീത അവിടെ അല്പം നേരം ചുറ്റിപറ്റി നിന്നതിന് ശേഷം വീട്ടിലേക്ക് മടങ്ങി.

പ്രീത ദൂരെ നിന്നും, പൂമുഖത്തെ ഇരുമ്പ്കസേരയിൽ ഇരിപ്പുറപ്പിച്ചിരിക്കുന്ന തന്റെ അമ്മയെ കണ്ടു. അവൾ പൂമുഖത്തേക്ക് കയറുമ്പോൾ അമ്മ അടുത്തേക്ക് വന്നു ചോദിച്ചു. "എന്തായി മോളെ "

പ്രസാദ് അകത്ത് നിന്നും പുറത്തേക്ക് ഇറങ്ങിവന്നു.

"അവരെവിടെ "

"അകത്ത് വിശ്രമിക്കുകയാണ് "

പ്രീതയുടെ ശബ്ദം കേട്ടപ്പോൾ കുട്ടപ്പായിയും ഇച്ചായനും പുറത്തേക്ക് വന്നു.

" എന്നെ ഏൽപ്പിച്ച കാര്യം ഒരുവിധം കരയ്ക്കടുപ്പിച്ചിട്ടുണ്ട്. ബാക്കിയെല്ലാം ഏട്ടന്റെ മിടുക്ക് പോലിരിക്കും. എന്റെ വിറയൽ ഇനിയും മാറിയിട്ടില്ല.ആമി ചേച്ചിക്ക് അവിടെ നിന്നും ചാടാൻ കുറച്ച് പ്രയാസമാണെന്ന് തോന്നുന്നു.എല്ലാ നശൂലങ്ങളും വന്ന് കൂടിയിട്ടുണ്ട്. കൂട്ടത്തിൽ ആ ചെറിയച്ചനും ഉണ്ട്. അയാളുടെ നോട്ടം കാണുമ്പോൾ മുഖത്തു ഒരു കുത്ത് വച്ചു കൊടുക്കാൻ തോന്നും.

രാഘവൻ നായർ തന്നോട് ദേഷ്യപ്പെട്ടത് പ്രീത ഏട്ടനോട് പറഞ്ഞില്ല. വെറുതെ ഈ സമയം ഏട്ടനെ വിഷമിപ്പിക്കേണ്ട എന്ന് കരുതി അവൾ.

"അമ്മേ ഇവർ ഭക്ഷണം കഴിച്ചോ "

"ഇല്ല മോളെ നീ വന്നിട്ട് ആകാം എന്ന് കരുതി "

"അയ്യോ അമ്മേ അവർക്ക് വിശക്കുന്നുണ്ടാവില്ലേ.വെറുതെ കാത്തുനി ൽപ്പിച്ചത് എന്തിനാണ് "

"അവര് പറഞ്ഞതാ മോളെ നീ വന്നിട്ട് കഴിക്കാം എന്ന്. നീ പോയ കാര്യം അറിയാതെ അവർക്ക് ഭക്ഷണം ഇറങ്ങില്ലെന്ന്."

പ്രീത എല്ലാവർക്കും ഭക്ഷണം വിളമ്പി. കുട്ടപ്പായി കഴിച്ചു കഴിയാറായപ്പോൾ പ്രീത കുറച്ച് ചോറും കൂടി അവന്റെ ഇലയിൽ വിളമ്പാൻ ഒരുങ്ങി.

" അയ്യോ ഇനി കഴിച്ചാൽ എന്റെ വയർ പൊട്ടിപ്പോകും.നന്നായി ഉണ്ടു. ഇനി പറ്റില്ല. "

അവരുടെ കണ്ണുകൾ തമ്മിലുടക്കി.

രാത്രി ഒൻപത് മണി...

അകലെ വയൽ ഇരുളിൽ മുങ്ങിയിരിക്കുന്നു. തായമ്പകയുടെ മുറുക്കം കേൾക്കാം. നെല്ല്യാട്ടമ്പലത്തിലെ ഉത്സവമാണ്.തൊട്ടടുത്ത റെയിൽ പാള ത്തിലൂടെ ഒരു തീവണ്ടി ഹോൺ മുഴക്കി കടന്നു പോയി.അതിന്റെ ഹെഡ് ലൈറ്റിന്റെ പ്രകാശം അല്പസമയം റെയിൽപ്പാള ങ്ങളിലെ ഇരുട്ടിനെ വിഴുങ്ങി. പാടവരമ്പത്ത് അങ്ങിങ്ങായി ചൂട്ടിന്റെയും ടോർച്ചിന്റെയും വെളിച്ചം. ക്ഷേത്രത്തിലേക്ക് ഉൽസവം കൂടാൻ പോകുന്നവരും തിരികെ വീട്ടിലേക്ക് മടങ്ങുന്നവരുമാണ്. തന്റെയും ആമിയുടെ യും ജീവിതത്തിൽ ആ ക്ഷേത്രവും പരിസരവും ഒരുപാട് ബന്ധപ്പെട്ടിരിക്കുന്നു. ഒരുപാട് പേരുടെ അനിഷ്ടത്തോട് കൂടിയാണ്

ഞങ്ങൾ ഒന്നിക്കുന്നത്. ആരുടേയും ശാപം ഞങ്ങളിൽ ഏൽക്കാതിരിക്കട്ടെ . ഞാൻ ഇച്ചായനോട് ജീപ്പ് ചെമ്മൺ പാതയിൽ നിന്നും അടുത്തുള്ള ഒരുവാടക സ്റ്റോറിന്റെ മുളയും മറ്റും സൂക്ഷിച്ചിരിക്കുന്ന പറമ്പിലേക്ക് മാറ്റിയിടാൻ ആവശ്യപ്പെട്ടു.ഇച്ചായൻ ജീപ്പ് ഒതുക്കി ഞങ്ങളുടെ അടുത്തേക്ക് വന്നു.നല്ല ഇരുട്ടിലും രണ്ടുപേരും നന്നായി പരിഭ്രമിച്ചിരിക്കുകയാണെന്ന് അവരുടെ ശ്വാസ്സോശ്വാസ വേഗതയിൽ നിന്നെനിക്ക് മനസ്സിലായി. ഇരുളിൽ നിന്നും ആരുടെയോ കാൽപ്പെരുമാറ്റം കേട്ടു. ഞാൻ വാഹനത്തിനടുത്തേക്ക് മറഞ്ഞു നിന്നു. തന്നെ അറിയുന്നവർ ആരെങ്കിലും ഇപ്പോൾ കണ്ടാൽ കുഴപ്പമാണ്. ക്ഷേത്രത്തിലേക്ക് പോകുന്ന ആരോ ഒരാൾ. അയാൾ ഇച്ചായനെയും കുട്ടപ്പായിയെയും കണ്ടു. ഇരുളിൽ അയാൾ കൈയ്യിലുണ്ടായിരുന്ന ടോർച്ച് തെളിയിച്ചു

അവരെ സൂക്ഷിച്ചു നോക്കി. " എന്താ ഇവിടെ "

" ക്ഷേത്രത്തിലേക്ക് വന്നതാ "

അയാൾ ഒന്നും പറയാതെ നടന്നകന്നു. കുട്ടപ്പായിക്ക് ആ സമയം അങ്ങനെ പറയാൻ തോന്നിയത് ഭാഗ്യം. ഒരു സംശയത്തിന് ഇട നൽകിയില്ലല്ലോ. അവിടെ നിൽക്കുന്ന ഓരോ നിമിഷവും ഞങ്ങളിൽ ഭയം ജനിപ്പിച്ചു. വലിയ ഒരു ലക്ഷ്യത്തിനു വേണ്ടിയാണ് ഞങ്ങൾ വന്നിരിക്കുന്നത് ഒന്ന് പാളിയാൽ എല്ലാം തീർന്നു. ആമിയെ കാണുന്നില്ല. ഒൻപതു മണിയാണ് പ്രീത അവളോട് പറഞ്ഞിരിക്കുന്ന സമയം.സമയം ഒൻപതെ പത്ത് കഴിഞ്ഞിരിക്കുന്നു.അവൾ ഇനിയും വന്നില്ല.എന്റെ ഹൃദയമിടിപ്പുയർന്നു കൊണ്ടിരുന്നു. അവളെ കാണുന്നില്ലല്ലോ. വരില്ലേ എന്ന ആശങ്ക എന്നെ ഇറുകെ പുണർന്നു. സമയം ആർക്കും പിടി കൊടുക്കാതെ മുന്നോട്ട് കുതിച്ചു കൊണ്ടിരുന്നു.

15
പതിനഞ്ച്

സമയം ആർക്കും പിടി കൊടുക്കാതെ മുന്നോട്ട് കുതിച്ചു കൊണ്ടിരുന്നു. ഞങ്ങൾ പരസ്പരം മിണ്ടാൻ പോലും മറന്നു. ചിന്തകൾ ഒന്നിന് പിറകെ ഒന്നായി വന്ന് അലട്ടിക്കൊണ്ടിരുന്നു. സമയം ഒൻപതെ നാൽപ്പത്തഞ്ചു കഴിഞ്ഞിരിക്കുന്നു. ഈ കാത്ത് നിൽപ്പ് വെറുതെയാകുമോ. ഇരുട്ടിൽ നിന്നും ഒരു പാതസ്പർശനത്തിന്റെ താളം കേട്ടു. ഉദ്വേഗജനകമായ നിമിഷങ്ങൾ. ഇരുട്ടിൽ ഒന്നും വ്യക്തമല്ല. ആ രൂപം ഞങ്ങൾക്കരികിലേക്ക് വന്നു. അത് എന്റെ ആമിയായിയുന്നു. ഒരു പുതു ജീവിതത്തിലേക്ക് അവൾ നടന്നടുക്കുകയാ യിരുന്നു.

" ഇത്ര വൈകിയത് ആമി. ഞാൻ ആകെ പേടിച്ചിരിയ്ക്കുകയായിരുന്നു "

" ഒരു പഴുത് കിട്ടേണ്ടേ " അവൾ വിറയാർന്ന സ്വരത്തിൽ അറിയിച്ചു. ഇച്ചായൻ ജീപ്പിലേക്ക് ചാടിക്കയറി.

" ഇനി ഒരു നിമിഷം പോലും കളയാനില്ല. പെട്ടെന്നു കയറൂ.എത്രയും പെട്ടെന്നു ഇവിടെ നിന്നും രക്ഷപ്പെടണം. "

ഇച്ചായൻ ജീപ്പ് തിരിച്ചിറക്കി. കുട്ടപ്പായി മുൻവശത്തേക്ക് ചാടി കയറി. ഞാൻ വാഹനത്തിന്റെ പിറകിൽ കയറി ആമിയെ കൈ പിടിച്ചു കയറ്റി. വാഹനത്തിൽ കയറിയ നിമിഷം അവൾ മാറത്ത് വീണ് എങ്ങലടിച്ചു കരഞ്ഞു. ഞാൻ അവളെ നെഞ്ചിൽ ചേർത്ത് പിടിച്ചു. കരയട്ടെ ഇത്രയും ദിവസം അവൾ അനുഭവിച്ച ആത്മസംഘർഷങ്ങൾക്ക് അങ്ങനെ ഒരയവ് വരട്ടെ. അമ്പലത്തിന്റെ വളവു തിരിയുമ്പോൾ പറമ്പിൽ ചെറുപ്പക്കാരോടൊപ്പം

നിൽക്കുകയായിരുന്ന അവളുടെ ചെറിയച്ചൻ തന്നെയും ആമിയെയും കണ്ടോ എന്ന സംശയം പ്രസാദിനെ അലട്ടി.ജീപ്പിന് കർട്ടൻ ഇട്ടാൽമതിയായിരുന്നു. അത് ഓർത്തില്ല. അയാളൊരു പോക്കിരിയാണ്. എന്തിനും പോന്ന ഒരു സംഘം ആൾക്കാരും കൂടെയുണ്ട്.ജീപ്പ് മെയിൻ റോഡിലേക്ക് കടന്നു. എല്ലാവരും നിശബ്ദരായിയുന്നു. ഇച്ചായൻ ആക്സിലേറ്റർ ഒന്ന് കൂടി ആഞ്ഞു ചവിട്ടി.

എവിടെ പോകണം എന്ന ഒരു രൂപവും ഇല്ലായിരുന്നു.ഉടനെ എസ്റ്റേറ്റിലേക്ക് പോകുന്ന കാര്യം ചിന്തിക്കാൻ പോലും വയ്യായിരുന്നു. അങ്ങോട്ട് പോകുന്ന കാര്യം സാവകാശം തീരുമാനിക്കാം. ഒടുവിൽ കുട്ടപ്പായി ഒരു പോംവഴി പറഞ്ഞു.മേരിച്ചേച്ചിയുടെ വീട്ടിലേക്ക് പോകാം. അവരുടെ വീട് കുറച്ച് ഉൾവശത്ത് ആയത് കാരണം ആരും ശ്രദ്ധിക്കാൻ സാധ്യത ഇല്ല. അവിടെ താമസിച്ചു വിവാഹം അതിനടുത്ത ഏതെങ്കിലും ക്ഷേത്രത്തിൽ വച്ച് നടത്തിയാൽ മതി. ആമി എന്റെ മടിയിൽ കിടക്കുകയായിരുന്നു. ഞാൻ അവളുടെ മുടിയിഴകളിൽ വിരലുകൾ കൊണ്ട് തഴുകി.

ഒരുപാട് ദൂരം വണ്ടി ഓടി. ആരും പരസ്പരം ഒന്നും മിണ്ടിയില്ല. എല്ലാവരും നന്നേ ക്ഷീണിച്ചിരുന്നു. ഇന്നത്തെ ദിവസം എല്ലാവരെയും സംബന്ധിച്ചിടത്തോളം മനസ്സിക സംഘർഷങ്ങളുടെ ഒരു ഘോഷ യാത്രയായിരുന്നു. ഞങ്ങൾക്ക് ഈ ഒരു ദിവസം മാത്രമായിരുന്നു തീച്ചൂളയിൽ കഴിഞ്ഞ അവസ്ഥ . ആമി അത് കഴിഞ്ഞ കുറച്ച് ദിവസങ്ങളായി അനുഭവിക്കുകയാണ് .ആരോടും ഒന്നും പറയാൻ വയ്യാത്ത ഒരവസ്ഥ.

ആമിയുടെ വിവാഹം ഇത്ര രഹസ്യമായ് ധൃതി പിടിച്ച് നടത്തുവാൻ കാരണം വർഷ ഞങ്ങളെ വിട്ടു പോയ ആ സമയം ഞാൻ ആമിയ്ക്ക് ഡ്രസ്സ് വാങ്ങി കൊടുത്തത് അവളുടെ അമ്മ വഴി അച്ഛൻ അറിഞ്ഞു. അതുമായി ബന്ധപ്പെട്ട് അവിടെ ഒരു വഴക്ക് നടന്നു. ആമി അവളുടെ അച്ഛനോട് ജീവിക്കുന്നെങ്കിൽ കുട്ടേട്ടനൊപ്പം മാത്രമായിരിക്കും എന്ന് തീർത്തു പറഞ്ഞു .അതായിരുന്നു അയാളെ വാശി കയറ്റിയത്. അവസാനം വന്ന സർക്കാർ ഓഫീസിലെ ക്ലർക്കിന്റെ ഒരു ആലോചന ഒരാഴ്ച കൊണ്ട് തന്നെ വിവാഹം നടത്തണം എന്ന നിബന്ധനയിൽ ആൺ വീട്ടുകാർ വഴങ്ങുകയായിരുന്നു. അവരെ സംബന്ധിച്ച് ഇത്രയും വലിയ ഒരു തറവാട്ടുകാർ. ഒരുപാട് സ്വത്തുവകകളുമുണ്ട്. പിന്നെ

പെൺകുട്ടിയും കാണാൻ നല്ല ചന്തമുള്ളവൾ. അവർ മറിച്ച് ഒന്നും ആലോചിച്ചില്ല. വേണമെങ്കിൽ രണ്ടു ദിവസം കൊണ്ട് ഈ വിവാഹം നടത്താൻ സമ്മതമാണെന്ന് ചെറുക്കന്റെ അമ്മാവൻ രാഘവൻ നായരെ അറിയിച്ചു. ഒന്നിനും ആമിയുടെ സമ്മതം അയാൾ ചോദിച്ചില്ല. പെണ്ണുങ്ങൾ മിണ്ടാതെ ഒരു മൂലയ്ക്ക് ഇരുന്നു കൊള്ളണം. തറവാട്ടിലെ കാര്യങ്ങൾ തീരുമാനിക്കാൻ ഞാനുണ്ട്. ഭവാനിയമ്മയോട് പോലും വിവാഹം ഉറപ്പിച്ചത് അയാൾ പറഞ്ഞില്ല. ഒടുവിൽ വീട്ടിൽ ചായം പൂശാൻ ജോലിക്കാർ വന്നപ്പോഴാണ് ഭവാനിയമ്മ പോലും സ്വന്തം മകളുടെ വിവാഹം ഉറപ്പിച്ചത് അറിയുന്നത്.ഒരു ആണിന് ഇന്നേ പെണ്ണ് എന്നത് മനുഷ്യൻമാർ തീരുമാനിക്കുന്നതിന് മുൻപ് ദൈവം എഴുതി വച്ചിരിക്കുമല്ലോ. സത്യത്തിൽ അത് മാത്രമാണ് ഇവിടെ സംഭവിച്ചത്. കുട്ടപ്പായിയും ഇച്ചായനും അതിനൊരു നിമിത്തമായെന്ന് മാത്രം.

ഇച്ചായൻ വണ്ടി റോഡ് അരികിൽ ഒതുക്കി നിർത്തി. പ്രസാദിനോട് പറഞ്ഞു. "ഇനി ചുരം കയറാൻ തുടങ്ങുകയായി. ഭക്ഷണം കിട്ടാൻ ബുദ്ധിമുട്ടാകും. ആ കുട്ടിക്കും വിശക്കുന്നുണ്ടാകും. രാവിലെ മുതൽ നിങ്ങളും ഭക്ഷണം കുറവല്ലേ." എല്ലാവരും വാഹനം വിട്ട് പുറത്തിറങ്ങി. കുട്ടപ്പായി പകുതി ഉറക്കത്തിലാണെന്ന് തോന്നി.. ആമിയ്ക്ക് ഇത്തിരി ചൊടി വച്ചു.ഇത്രനേരവും എന്റെ മടിയിൽ തല ചായ്ച്ചു കിടക്കുകയായിരുന്നു അവൾ.പാവാടയും ബ്ലൗസ്സും ആയിരുന്നു അവൾ ധരിച്ചിരുന്നത്.. നീണ്ട് ഇടതൂർന്ന കാർകൂന്തൽ.മെലിഞ്ഞ ശരീര പ്രകൃതിയാണവൾക്ക് . എങ്കിലും കൂടുതൽ മെലിഞ്ഞിട്ടല്ല .തിളങ്ങുന്ന കണ്ണുകളും എപ്പോഴും ചിരിച്ചമുഖവും അവളുടെ പ്രത്യേകതകളാണ്.അവളുടെ ഇടുങ്ങിയ അരക്കെട്ട് ഉടലിന് എന്തെന്നില്ലാത്ത വടിവ് നൽകിയിരുന്നു.ഒരിക്കലും ഒരു പൊട്ട് പോലും ആമി ഇടാറില്ല. അമ്പലത്തിൽ പോകുമ്പോൾ ഒരു ചന്ദനക്കുറി ധരിയ്ക്കും.മുടിയിൽ ഒരു തുളസിക്കതിരും. അത് മാത്രമാണ് അവളുടെ ഒരുക്കം അതിനപ്പുറം ആർഭാടങ്ങളിൽ അവൾക്ക് താല്പര്യം ഇല്ല.

റോഡിൽ വാഹനങ്ങൾ കുറവാണ്. ഇല്ല എന്ന് തന്നെ പറയാം.നല്ല തണുപ്പുള്ള അന്തരീക്ഷം. മാനത്ത് വലിയ നാണയവട്ടം പോലെ പൂർണ്ണ ചന്ദ്രൻ. അത് ഞങ്ങളെ നോക്കി പുഞ്ചിരിയ്ക്കുന്നത് പോലെ തോന്നി. നിലാവിൽ ദൂരെ കറുത്ത മലനിരകൾ തെളിഞ്ഞു

കാണാം..ഞങ്ങൾ റോഡ് മുറിച്ചു കടന്ന് വാഹനത്തിനെതിർ വശത്തുള്ള ഭക്ഷണശാലയിലേക്ക് കയറി. പിറകെ ഒരു പക്ഷേ ഞങ്ങളെ അന്വേഷിച്ചു ആരെങ്കിലും വന്നാലോ എന്ന ഭയം ഇച്ചായൻ ഭക്ഷണം കഴിച്ചു കൊണ്ടിരിക്കുമ്പോൾ ഞങ്ങളോട് പങ്കുവച്ചിരുന്നു.ഭക്ഷണം കഴിച്ചു പെട്ടെന്നു തന്നെ വണ്ടിയിൽ കയറാൻ ഇച്ചായൻ ദൃതി കൂട്ടി. എന്തോ കണ്ട് ഭയന്നത് പോലെ അയാൾ വാഹനം അമിത വേഗതയിൽ പായിച്ചു.പിന്നിൽ വരുന്ന അപകടം അയാളല്ലാതെ വേറെ ആരും അറിഞ്ഞിരുന്നില്ല.

പ്രസാദിന് ആ മനുഷ്യനോട് ഒരു പാട് നന്ദി തോന്നി. കുട്ടപ്പായിയോടും. ജീവിതത്തിൽ ഏതാനും മാസങ്ങൾക്ക് മുൻപ് പരിചയപ്പെട്ടവർ. തന്റെ ജീവിതത്തിലെ ഒരു നിർണ്ണായക ഘട്ടത്തിൽ അവർ തനിക്കു ചെയ്തു തന്ന ഉപകാരം ഒരിക്കലും താൻ മറക്കില്ല.

അർദ്ധരാത്രി ഒരുമണിയോട് കൂടി ഞങ്ങൾ റബ്ബർ തോട്ടത്തിൽ ജീപ്പ് ഒതുക്കി മേ രിച്ചേച്ചിയുടെ വീട്ടിലേക്ക് നടന്നു. കുറച്ചു ദൂരം നടക്കാനുണ്ട്.ഭക്ഷണം കഴിക്കാൻ വാഹനം നിർത്തിയിരുന്നപ്പോൾ വാങ്ങിയ മെഴുകു തിരിയെടുത്ത് കൊളുത്തി ഇച്ചായൻ മുന്നിൽ നടന്നു. ചുറ്റും ചീവിടുകളുടെ ശബ്ദം. ദൂരെ എതോ വീട്ടിലെ വളർത്തു പട്ടി നിർത്താതെ കുരച്ചു കൊണ്ടിരുന്നു. നല്ല തണുപ്പ് അന്തരീക്ഷത്തിൽ മുറ്റി നിന്നിരുന്നു. റബ്ബർ മരങ്ങളിൽ നിന്നും മഞ്ഞു തുള്ളികൾ ഇറ്റിറ്റു വീണു കൊണ്ടിരുന്നു.

ഞങ്ങൾ മേരിച്ചേച്ചിയുടെ മുറ്റത്ത് എത്തി. കുട്ടപ്പായി കതകിൽ തട്ടി മേരിചേച്ചിയെ വിളിച്ചു. അല്പസമയം കഴിഞ്ഞപ്പോൾ മേരി ച്ചേച്ചി വാതിൽ തുറന്നു. അവർ ഞങ്ങളെ പരിഭ്രമത്തോടെ നോക്കി . മെഴുകുതിരി വെട്ടത്തിൽ തന്റെ അടുത്ത് നിൽക്കുന്ന ആമിയെയും അവർ സാകൂതം വീക്ഷിച്ചു . കുട്ടപ്പായി നടന്ന കാര്യങ്ങൾ എല്ലാം അവതരിപ്പിച്ചു.എല്ലാം കേട്ടു കഴിഞ്ഞപ്പോൾ മേരിച്ചേച്ചി പറഞ്ഞു.

" അതൊന്നും എനിക്ക് ഒരു കുഴപ്പവുമില്ല. ഒരുത്തനെയും പേടിയും ഇല്ല.തെറ്റിയ നിലയ്ക്കാണെങ്കിൽ മേരി കട്ടിലിനടിയിൽ സൂക്ഷിച്ചു വച്ച വെട്ടുകത്തിയിങ്ങെടുക്കും. ഈ കണ്ട രാത്രികളിലൊക്കെ അതിന്റെ കൂട്ടുണ്ടായിരുന്നു മേരിയ്ക്ക്. നിങ്ങൾ ധൈര്യമായിരിക്ക് പിള്ളാരെ. ഏതവനാ എന്റെ വീട്ടിൽ കയറി ഈ പെങ്കൊച്ചിനെ പിടിച്ചു കൊണ്ട് പോകുന്നതെന്നെ നിക്കറിയണമല്ലോ." മേരിച്ചേച്ചി രണ്ടും

കൽപ്പിച്ചായിരുന്നു.അവർ ആമിയുടെ കൈ പിടിച്ചു.

" ഇതാണോ മാനേജറിന്റെ പെണ്ണ് നല്ല ചന്തമുള്ള കുട്ടി"

ആമി അവരെ നോക്കി വിടർന്ന ഒരു ചിരി ചിരിച്ചു.

"ഞാൻ വീട്ടിലേക്ക് ചെന്നിട്ട് രാവിലെ ഇങ്ങു വരാം. അവൾ ആകെ പേടിച്ചിരിക്കും. എടാ കുട്ടപ്പായി നീ ഇവിടെ തന്നെ കാണണം. ഞാൻ പറയാതെ നാളെ ആരും വെളിയിൽ ഇറങ്ങരുത്. കുട്ടപ്പായി നിന്നോട് കൂടെയ പറയുന്നേ "

കുട്ടപ്പായി തലയാട്ടി. ഇച്ചായൻ ഇരുളിലേക്ക് മറഞ്ഞു.

ഏകദേശം ഒരു കാൽനാഴിക കഴിഞ്ഞപ്പോൾ റബ്ബർമരങ്ങൾക്കിടയിൽ ടോർച്ചു ലൈറ്റുകൾ പ്രത്യക്ഷപ്പെട്ടു തുടങ്ങി. ഒരു പത്തോളം ആജാനുബാഹുക്കളായ ചെറുപ്പക്കാരോടൊപ്പം രാഘവൻ നായരും ആ വീട് ലക്ഷ്യം വച്ച് നടന്നു.

16
പതിനാറ്

കരിയിലകൾ ഞെരിയുന്ന ശബ്ദം. ആരൊക്കെയോ ഈ വീട് ലക്ഷ്യമാക്കി നടന്നടുക്കുന്നത് പോലെ വരാന്തയിൽ ഇരുന്നിരുന്ന കുട്ടപ്പായിക്ക് തോന്നി. അവൻ മെല്ലെ എഴുന്നേറ്റു, കയ്യിൽ ഉണ്ടായിരുന്ന ടോർച്ച് തെളിയിച്ചു. അവന് തലയിൽ പെരുപ്പനുഭവപ്പെടുന്നത് പോലെ തോന്നി. ഒരു കൂട്ടം ആളുകൾ മുറ്റത്ത് നിരനിരയായി നിൽക്കുന്നു. കയ്യിൽ എന്തൊക്കെയോ ആയുധങ്ങൾ.

"എവിടെടാ അവറ്റകൾ.. എല്ലാറ്റിനെയും കണ്ടിച്ചിടും." എതോ ഒരുത്തൻ അലറി.

കുട്ടപ്പായി ധൈര്യം സംഭരിച്ചു വരാന്തയിലെ മേശയുടെ മുകളിൽ വച്ചിരുന്ന വെട്ടുകത്തിയെടുത്ത്, വരാന്ത യിൽ എന്തിനും തയ്യാറായി നിന്നു.

ദൂരെ ഇരുട്ടിൽ റബ്ബർ മരങ്ങൾക്കിടയിൽ ഒരു തീപ്പന്തം പ്രത്യക്ഷപ്പെട്ടു. ഒരു ചെറിയ സംഘം ആളുകൾ അങ്ങോട്ടേക്കൊഴുകി.

"ഏതു കഴുവേറിടെ മക്കളാട അത് " ഒരു ഉറച്ച ശബ്ദം. കുട്ടപ്പായി സൂക്ഷിച്ചു നോക്കി.

ഇച്ചായനും കൂടെ പത്ത് മുപ്പതു പേരടങ്ങുന്ന ഒരു കൂട്ടം ആളുകൾ. അതിലുള്ള മിക്ക ആളുകളും തോട്ടത്തിലെ ചുമട്ടുകാരായ തൊഴിലാളികൾ. എന്തിനും പോന്നവർ. കറുത്തുറ്റവർ. ഇച്ചായൻ മുന്നിലേക്ക് വന്നു. അവിടെ കൂടിനിന്നിരുന്നവരെ ജ്വലിക്കുന്ന ഒരു നോട്ടം നോക്കി.

" ഞാൻ രാഘവൻ നായർ. എന്റെ മകളെ പിടിച്ചു വച്ചിരിക്കയാണ്.അവളെ ഇറക്കി വിടണം" മുന്നിൽ നിൽക്കുന്ന ഒരാൾ

പറഞ്ഞു.

നേരത്തെ കേട്ട ശബ്ദമായിരുന്നില്ലാ അതെന്നു കുട്ടപ്പായിക്ക് തോന്നി.

" നിങ്ങളുടെ മകളെ ഇവിടെ ആരും പിടിച്ചു വച്ചിട്ടില്ല. അവൾ അവൾക്കിഷ്ടപ്പെട്ട പുരുഷനോടൊപ്പം ജീവിക്കാൻ വന്നു. ഇവിടെ ഭീഷണിയും കൊണ്ട് വന്നാൽ ഇത് നാട് വേറെയാ നായരേ. ഒരുത്തനും ജീവനോടെ ഇവിടെ നിന്നും തിരിച്ചു ചുരമിറങ്ങില്ല" ഇച്ചായൻ രണ്ടും കല്പിച്ചായിരുന്നു.

രാഘവൻ നായർക്ക് രംഗം പന്തിയല്ലെന്നു തോന്നി. ഒന്നാമത് അവിടെ കൂടിയിരിക്കുന്നവർക്ക് തന്നെക്കാൾ അംഗബലം ഉണ്ട്. എന്തിനും മടിക്കാത്തവരുമായിരിക്കും. ശക്തി കൊണ്ട് അതികായന്മാരായ അവരെ ജയിക്കാൻ തന്റെ ആളുകൾക്ക് കഴിയില്ല.അയാൾ വേറൊരു അടവ് എടുത്തു.ശബ്ദത്തിൽ അല്പം സൗമ്യത ഭാവിച്ച് കൊണ്ട് പറഞ്ഞു.

"എന്റെ മോളെ ഒന്ന് എനിക്ക് കാണണം.അവളുടെ നാവിൽ നിന്നും എന്താ തീരുമാനം എന്ന് എനിക്ക് അറിയണം. ദയവായി അതിനെങ്കിലും എന്നെ അനുവദിക്കൂ. അവളുടെ പിതാവാണ് ഞാൻ "

ഇച്ചായൻ വാതിൽ തട്ടി മേരിച്ചേച്ചിയെ വിളിച്ചു. അവരും പുറത്തേ പുകിലെല്ലാം കേൾക്കുന്നുണ്ടായിരുന്നു. ആമിയെയും പ്രസാദിനെയും മുറിയിലാക്കി വാതിൽ പുറത്ത് നിന്നും പൂട്ടിയിരിക്കയായിരുന്നു മേരിചേച്ചി.

മൂവരും വാതിൽ തുറന്ന് വരാന്തയിലേക്ക് വന്നു. മേരിച്ചേച്ചിയുടെ കയ്യിൽ ഒരു വെട്ടുകത്തി മുറുകെ പിടിച്ചിരുന്നു.ആമി അച്ഛന് മുഖം കൊടുക്കാതെ തല താഴ്ത്തി നിന്നു.പ്രസാദിനും സങ്കോചമുണ്ടായിരുന്നു. ഒരു നാട്ടുപ്രമാണിയെ പോലെയുള്ള മനുഷ്യന്റെ മുന്നിലാണ് അയാളുടെ മകളെയും അപഹരിച്ചു കടന്നു കളഞ്ഞവനായ താൻ നിൽക്കുന്നത്. താൻ ചെയ്ത കുറ്റം അക്ഷന്തവ്യമാണ്. അത് നന്നായി തനിക്കറിയാം. വെട്ടൊന്നു മുറി രണ്ട് എന്ന നിലയിൽ നിൽക്കുന്ന ഈ മനുഷ്യന് മുൻപിൽ മറ്റൊരുപായവും ഇല്ല. എന്ത് സംഭവിച്ചാലും അവളെ താൻ വിട്ടു കൊടുക്കില്ല എന്നത് തന്റെ ഉറച്ചതീരുമാനമാണ് . ഒരു പക്ഷേ തന്റെ ജീവൻ തനിക്ക് ബലി നൽകേണ്ടി വന്നാലും. താൻ എന്തിനു ഭയപ്പെടണം.ഈ വലിയ

സംഘത്തെ പരാജയപ്പെടുത്തി അയാൾക്കൊരിക്കലും ബലമായി തന്റെ മകളെ കൊണ്ട് പോകാൻ കഴിയില്ല എന്നത് വാസ്തവമാണ്.

"നിന്റെ നിലപാട് എന്താണ്. അച്ഛന നോടൊപ്പം വരുന്നോ ഇല്ലയോ. നിന്റെ അമ്മ ജലപാനം പോലും ഇല്ലാതെ നിന്നെ കാത്തിരിക്കുകയാണ്."

അവൾ അച്ഛനു മുഖം കൊടുക്കാതെ പറഞ്ഞു. " അച്ഛൻ എന്നോട് ക്ഷമിക്കണം പൊറുക്കാൻ വയ്യാത്ത തെറ്റാണു ഞാൻ അച്ഛനോട് ചെയ്തത്. എനിക്ക്.. എനിക്ക് വരാൻ കഴിയില്ല"

"നീ വന്നില്ലെങ്കിൽ നിന്നെ കൊണ്ടുപോകാൻ ഞങ്ങൾക്കറിയാം" നേരത്തെ കുട്ടപ്പായി കേട്ട ശബ്ദത്തിനുടമ മുന്നോട്ടേക്ക് വന്നു. ആമിയുടെ ചെറിയച്ഛൻ.

" നീ ഞൊട്ടും ചെറുക്കാ വെറുതെ വിഡ്ഢിത്തം പറയല്ലേ. രാഘവൻ നായരേ നിങ്ങൾ കൂട്ടത്തിൽ അല്പം ബുദ്ധിയും വിവേകവുമുള്ള മനുഷ്യനാണ്. വെറുതെ സംഗതി വഷളാക്കേണ്ട. മകൾ പറഞ്ഞത് കേട്ടില്ലേ. " ഇച്ചായൻ എന്തിനും തയ്യാറായി മുന്നിലേക്ക് വന്നു പറഞ്ഞു.

രാഘവൻ നായർ അല്പം സമയം തിണ്ണയിൽ ഇരുന്നു.

"രാജേന്ദ്രാ വാ പോകാം " രാഘവൻ നായർ

എഴുന്നേറ്റ് ഇരുട്ടിലൂടെ നടന്നു. അനുഗന്മാരും അദ്ദേഹത്തെ അനുഗമിച്ചു. അല്പസമയം ആരും ഒന്നും മിണ്ടിയില്ല.

" കഴിഞ്ഞതെല്ലാം ഒരു സ്വപ്നം പോലെ മറന്നേക്ക്. ജീവിതത്തിൽ ചിലപ്പോൾ ഒന്ന് നഷ്ടപ്പെടുത്തിയെ മറ്റൊന്ന് നേടാൻ കഴിയൂ മോളെ. ഇപ്പോൾ കുഞ്ഞൊന്നും ആലോചിക്കേണ്ട. എല്ലാം കാലാനുസൃതം മാറിമറിഞ്ഞേക്കാം.പോയി കിടന്നോ." ആമിയോട് മേരിച്ചേച്ചി പറഞ്ഞു

"അവർ അങ്ങനെ തിരിച്ചു പോകുമെന്ന് തോന്നുന്നില്ല. ആരും ഈ പരിസരം വിട്ടു പോകരുത് . നിങ്ങൾ വന്നത് വലിയ ഒരു സഹായകരമായി." ഇച്ചായൻ തന്നോടൊപ്പം വന്നവരോട് അറിയിച്ചു

കൂട്ടത്തിൽ നേതാവിനെ പോലെയുള്ള ഒരുവൻ പറഞ്ഞു. " ഞങ്ങടെ സാർന് വേണ്ടി എന്ത് സഹായം ചെയ്യുവാനും ഞങ്ങൾ തയ്യാറാണ്. ഞങ്ങൾ ഈ പരിസരം തന്നെ ഉണ്ട്. നിങ്ങൾ ധൈര്യമായിരിക്ക്.ഒന്ന് കൊണ്ടും ഭയപ്പെടേണ്ട"

അവർ റബ്ബർത്തോട്ടത്തിൽ നിലയുറപ്പിച്ചു.

"ഇച്ചായ അവരെങ്ങനെ ഈ സ്ഥലം മനസ്സിലാക്കി." കുട്ടപ്പായി ചോദിച്ചു.

"ഞാൻ പറഞ്ഞില്ലേ അവർ നമ്മുടെ പുറകിൽ തന്നെ ഉണ്ടായിരുന്നു. എനിക്ക് നമ്മൾ ഭക്ഷണം കഴിക്കാൻ ഇറങ്ങിയ അവിടെ നിന്നും സംശയം ദൃഢപ്പെട്ടു .അതാ പെട്ടെന്നു പോകാം എന്ന് പറഞ്ഞത്.

നിങ്ങളെ കൂടുതൽ ഭയപ്പെടുത്തേണ്ട എന്ന് കരുതിയാണ് കൂടുതലായൊന്നും പറയാതിരുന്നത്."

കുട്ടപ്പായിയും അപ്പോഴാണ് ഓർത്തത് ഇച്ചായൻ ഭക്ഷണം കഴിച്ചതിനു ശേഷം വാഹനം നല്ല വേഗതയിൽ ആയിരുന്നു ഓടിച്ചിരുന്നത്. വരുന്ന വഴിക്ക് കവലയിൽ തൊഴിലാളികൾ താമസിക്കുന്ന സ്ഥലത്ത് വണ്ടി വച്ച് അവരെ വിളിച്ചുണർത്തി എന്തോ സംസാരിക്കുന്നതും താൻ പാതിയുറക്കത്തിൽ കണ്ടിരുന്നു.

"അമ്പലത്തിന്റെ പരിസരത്ത് വച്ച് ആ സ്ട്രീറ്റ് ലൈറ്റിന്റെ പ്രകാശത്തിൽ ഞങ്ങളെ ചെറിയച്ചൻ കണ്ടിരുന്നെന്ന് ഇപ്പോൾ തീർച്ചയായി. ഞാൻ ജീപ്പിന്റെ കർട്ടൻ താഴ്ത്തിയിടാനും അങ്ങു മറന്നു. ഒരു നിമിഷത്തെ അശ്രദ്ധയ്ക്ക് വലിയ വില കൊടുക്കേണ്ടി വന്നേനെ " പ്രസാദ് സ്വന്തം തലയിൽ ഞോണ്ടിക്കൊണ്ട് പറഞ്ഞു.

"അതിനു ശേഷം നമ്മൾ ഭക്ഷണം കഴിക്കാൻ ഇറങ്ങിയ സ്ഥലത്ത് വച്ച് അവർ നമ്മളെ കണ്ടുമുട്ടി. പിറകിൽ തന്നെ ഒരു ജീപ്പ് ഉണ്ടായിരുന്നു. എനിക്ക് ഉറപ്പാണ്.അതാ ഞാൻ വണ്ടി നൂറേ നൂറിൽ പിടിച്ചത്. അവിടെ നിന്നും നമ്മളെ അവർ വളഞ്ഞിരുന്നുവെങ്കിൽ എന്ത് ചെയ്യുമാ യിരുന്നു. അവരെന്തിനും മടിക്കാത്തവരാ.

എന്തോ ഒരു ഭാഗ്യം കൊണ്ട് നമ്മൾ അവിടെ നിന്നും രക്ഷപ്പെട്ടു. കൂടുതൽ അംഗബലം കണ്ടത് കൊണ്ടാണ് ഇപ്പോഴവർ മിണ്ടാതെ പോയത്.അവർ വീണ്ടും നമ്മെ പിന്തുടർന്ന് വരും എന്ന് ഞാൻ പ്രതീക്ഷിച്ചിരുന്നില്ല. എങ്കിലും നമ്മുടെ തൊഴിലാളികളെ വരുമ്പോൾ പറഞ്ഞു ശട്ടം കെട്ടിയതു നന്നായി. തൊഴിലാളികൾ പെട്ടെന്നു വന്നതും അനുഗ്രഹമായി. എന്റെ ഈശോയെ. കുട്ടപ്പായി നാളെ തന്നെ ഇവരുടെ വിവാഹം നടത്താനുള്ള ഏർപ്പാട് ചെയ്യണം.ഇനി അമാന്തിക്കരുത് "

കുട്ടപ്പായി തലയാട്ടിയെങ്കിലും സംശയത്തോടെ ഒന്ന് ഇച്ചായനെ നോക്കി.

" അതിന്റെ രീതികൾ എങ്ങനെയാ. എനിക്ക് ഒരു ചുക്കും ചുണ്ണാമ്പും അറിയത്തില്ല. "

"വിവാഹം കൽപ്പറ്റയിൽ പോയി രജിസ്റ്റർ ചെയ്യണം. ആരോടെങ്കിലും കാര്യങ്ങൾ ചോദിച്ചു മനസിലാക്കാം."

ഇച്ചായനും കുട്ടപ്പായിയും വരാന്തയിൽ തന്നെ കിടന്നു. ഞങ്ങളോട് അകത്ത് കയറി വാതിലടച്ചു കുറ്റിയിടാൻ ഇച്ചായൻ പറഞ്ഞു.അപ്പോഴും റബ്ബർ മരത്തിന്റെ ഇലകളിലൂടെ മഞ്ഞു പൊഴിഞ്ഞു കൊണ്ടിരുന്നു. ദൂരെ നിന്നും നിർത്താതെ കുരയ്ക്കുന്ന പട്ടി നിശബ്ദമായിരുന്നു. മരച്ചില്ലകൾക്കിടയിൽ ഒരു മൂങ്ങ നിർത്താതെ ഇടവിട്ട് മൂളിക്കൊണ്ടിരുന്നു.

17
പതിനേഴ്

വിവാഹചടങ്ങുകൾ ഭംഗിയായി നടന്നു.അടുത്തുള്ള ഒരു ക്ഷേത്രത്തിൽ വച്ചായിരുന്നു വിവാഹം. മേരി ചേച്ചിയും പിള്ളാരും ഉണ്ടായിരുന്നു. തോട്ടത്തിലെ നാലഞ്ച് തൊഴിലാളികളെയും വർഗീസ് അവിടെ നിർത്തി. രാഘവൻ നായരും സംഘവും ഇനിയും ചാടി വീഴുകയാണെങ്കിൽ പ്രതിരോധിക്കാൻ ആളുകൾ വേണമല്ലോ. പിന്നീട് രാഘവൻ നായരുടെയും അനുചരന്മാരുടെയും ശല്ല്യം ഉണ്ടായില്ല. മകൾ തീർത്തു പറഞ്ഞിരിക്കുവല്ലേ. രാത്രി തന്നെ രാഘവൻ നായരും സംഘവും ചുരമിറങ്ങി പോയിരുന്നു.പുകഞ്ഞകൊള്ളി പുറത്ത് എന്ന് കരുതിക്കാണും രാഘവൻ നായർ.

വിവാഹത്തിന് ഇച്ചായന്റെ ഭാര്യയും കുട്ടികളും പങ്കെടുത്തിരുന്നു. വിവാഹ ചടങ്ങിന് പങ്കെടുത്തവർക്കെല്ലാം മേരിച്ചേ ച്ചിയുടെ വീട്ടിൽ നിന്നും ഊണ് തരപ്പെടുത്തിയിരുന്നു. തങ്ങളാൽ കഴിയുന്ന ത് പോലെ എല്ലാവരും ഊണൊരുക്കുന്ന തിൽ പങ്കു ചേർന്നു. ആമി പൊതുവെ സന്തോഷവതിയായിരുന്നു. കുട്ടപ്പായി സഹായസഹകരണങ്ങളുമായി എങ്ങും ഓടിനടന്നു. രാത്രിയോട് കൂടി കൃഷ്ണേട്ടനും അവിടെ എത്തിച്ചേർന്നു.

"കുഞ്ഞേ ഞാൻ അറിഞ്ഞിരുന്നില്ല. നമ്മുടെ ഗണേശൻ തോട്ടത്തിൽ നിന്നും പറഞ്ഞപ്പോഴാ അറിഞ്ഞേ. ഇന്നലത്തെ പുകിലൊക്കെ അവൻ പറഞ്ഞായിരുന്നു. ഏതായാലും എല്ലാ ഭംഗിയായയല്ലോ"

"കൃഷ്ണേട്ടാ എല്ലാം എങ്ങനെയൊക്കെയോ നടന്നു. ഇന്നലെ മുതൽ മുൾമുനയിൽ ആയിരുന്നു. ചേട്ടനോട് പറയാനും കഴിഞ്ഞില്ല.

വല്ലാത്തൊരു അവസ്ഥയിൽ ആയിരുന്നു "

"എന്തെങ്കിലും സഹായം വേണമെങ്കിൽ പറയാൻ മടിക്കരുത്" കൃഷ്ണേട്ടൻ പ്രസാദിന് പിന്തുണയറിയിച്ചു.

മേരിച്ചേച്ചിയും പിള്ളാരും പ്രസാദും ആമിയും മാത്രമായി വീട്ടിൽ. കുട്ടപ്പായി നേരത്തെ സ്ഥലം വിട്ടിരുന്നു. മേരിച്ചേച്ചിയുടെ പിള്ളേർ നേരത്തെ കിടന്നു.ആമിയും മേരിച്ചേച്ചിയും അടുക്കളയിൽ.

" മോള് ഈ പാലുമായി അങ്ങു റൂമിലോട്ട് ചെല്ല്. ഇന്ന് മുതൽ രണ്ടു പേരും ഒരു പുതിയ ജീവിതം തുടങ്ങുവല്ലേ. ഇതിരിക്കട്ടെ. " അവർ ഒരു ഗ്ലാസ് പാല് ആമിയുടെ കയ്യിൽ കൊടുത്തതിനു ശേഷം വീണ്ടും ചെവിയിൽ എന്തോ പറഞ്ഞു.ആമി ലജ്ജാമുഖിയായി .

വരാന്തയിൽ ചിന്താമഗ്നനായി ഇരിക്കുന്ന പ്രസാദിനടുത്തേക്ക് ആമി വന്നു.

"എന്താ വലിയ എന്തോ ചിന്തയിലാണല്ലോ "

" ഞാൻ ഇന്നലെ മുതൽ നടന്ന ഓരോ കാര്യങ്ങൾ ഓർക്കുകയായിരുന്നു.ഇപ്പോഴും എനിക്ക് ഒന്നും വിശ്വസിക്കാൻ കഴിയണില്ല. എല്ലാം ഒരു സ്വപ്നം പോലെ തോന്നണു ആമി "

ആമി ഒരു നെടുവീർപ്പിട്ടു. അച്ഛന്റെ വരവ് അവൾക്ക് ഒത്തിരി പ്രയാസങ്ങൾ സൃഷ്ടി ച്ചിരുന്നു. സത്യത്തിൽ ഇത്ര പെട്ടെന്നു അച്ഛനുമായി ഒരു കൂടിക്കാഴ്ച അവൾ തീരെ പ്രതീക്ഷിച്ചിരുന്നില്ല. തന്റെ മറുപടി കിട്ടുന്നത് വരെ ആ മുഖത്ത് ഒരുപാട് പ്രതീക്ഷകൾ മുറ്റി നിന്നിരുന്നു. അച്ഛൻ ഒരു പരാജിതനെപ്പോലെ തന്റെ മുമ്പിലൂടെ തല കുനിച്ചു പോയത് തനിക്കു ഹൃദയ ഭേദകമായിരുന്നു.കുട്ടേട്ടനെ നഷ്ടപ്പെടാനും വയ്യാ. താൻ തനിക്ക് വേണ്ടത് തിരഞ്ഞെടുത്തു കഴിഞ്ഞു.

"കിടക്കണ്ടേ " ആമി അവനടുത്തേക്ക് ചേർന്നു നിന്നു കൊണ്ട് ചോദിച്ചു . പ്രസാദ് ഒരു പുഞ്ചിരിയോടെ അവളുടെ ചെവിയിൽ എന്തോ മൊഴിഞ്ഞു. അവൾ അവന്റെ തോളിൽ ഒന്ന് പിച്ചി.

മണിയറ.

പ്രകൃതിയും പുരുഷനും സംഗമിയ്ക്കുന്ന രാവ്.കസവ് സാരിയിൽ ആമി കൂടുതൽ സുന്ദരിയായിക്കുന്നു.ആമി അവന്റെ മാറിൽ തല ചായ്ച്ചു കിടന്നു. അവൻ മെല്ലെ അവളെ ഇറുകെ പുണർന്ന് നെറ്റിയിൽ ചുംബിച്ചു.

൭

ഞങ്ങൾ താമസം ബംഗ്ലാവിലേക്ക് മാറ്റി. മുതലാളി വേണ്ടുന്ന സഹായം ചെയ്തു തന്നു.ഒരു വീട്ടിലേക്ക് വേണ്ടുന്ന ഉപ്പ് തൊട്ട് കർപ്പൂരം വരെയുള്ള സാധനങ്ങൾ ആവിശ്യമായിരുന്നു.ബംഗ്ലാവിൽ വച്ച് തോട്ട ത്തിലെ തൊഴിലാളികൾക്ക് വേണ്ടി ഒരു വിവാഹ വിരുന്ന് നടത്തി. കൃഷ്ണേട്ടനും പുഷ്പചേച്ചിയും അതിൽ പങ്കെടുത്തിരു ന്നു. രജനി വന്നിരുന്നില്ല. അവരെയെല്ലാം ഞാൻ വീട്ടിൽ പോയി ക്ഷണിച്ചിരുന്നു. രജനിക്ക് തന്നോട് എന്തോ നീരസം ഉള്ളത് പോലെയായിരുന്നു ആ അവസരത്തിൽ അവൾ പെരുമാറിയിരുന്നത്. അന്ന് നടന്ന സംഭവം തന്നിൽ ഒരു അപകർഷതാബോധം സൃഷ്ടിച്ചിരുന്നു. താൻ എല്ലാം തുറന്നു പറഞ്ഞിരുന്നെങ്കിലും ഒരു നിമിഷം തന്റെ നിയന്ത്രണം വിട്ടു പോയിരുന്നു. സാവകാശം അവളെ കാര്യങ്ങൾ പറഞ്ഞു ബോധിപ്പിക്കാമെന്നു കരുതിയതായിരുന്നു. അതിനിടയ്ക്ക് നിനച്ചിരിക്കാതെ തന്റെ വിവാഹവും നടന്നു. ഇത്തിരി സാവകാശം കിട്ടിയിരുന്നെങ്കിൽ അവളോട് മാപ്പ് പറയാമായിരുന്നു. അവൾ തന്നോട് ക്ഷമിക്കുമായിരുന്നോ. ഇല്ല ഒരിക്കലും ഇല്ല.

വിവാഹവിരുന്ന് നടന്ന ദിവസം, ആളുക ളൊക്കെ ഒതുങ്ങിയപ്പോൾ കുട്ടപ്പായി എ ന്റെ അടുത്തേക്ക് വന്നു പറഞ്ഞു.

"തലൈവർ എനിക്ക് ഒരു കാര്യം സംസാരിക്കാനുണ്ടായിരുന്നു.തലൈവരോട് അതെങ്ങനെ സംസാരിച്ചു തുടങ്ങണം എന്നോ,ഞാൻ പറയുന്ന കാര്യം ശരിയോ തെറ്റോ എന്നതും എനിക്ക് അറിയില്ല. "

"നീ കാര്യം പറ.നമ്മൾ തമ്മിലൊരു മുഖവുര ആവശ്യമുണ്ടോ "

"ഞാൻ ഒരുപാട് ചീത്ത പ്രവർത്തികൾ ചെയ്തിട്ടുണ്ട്. അതൊന്നും എന്നെ നിയന്ത്രിക്കാൻ ആരും ഇല്ലാത്തതിന്റെ ഒരു പോരായ്മയായിരിക്കാം. ഒരു പക്ഷേ ജീവിതത്തെ ഞാൻ ഗൗരവമായി കണ്ടിരുന്നില്ലായിരിക്കാം. പക്ഷേ ഇപ്പോൾ ഒരു കുടുംബമൊക്കെയായി ജീവിക്കാൻ കൊതി തോന്നുന്നു.വളച്ചു കെട്ടൽ ഇല്ലാതെ ഒരു കാര്യം പറഞ്ഞോട്ടെ. തെറ്റ് ആണെങ്കിൽ ഞാൻ ഇങ്ങനെ ഒരു കാര്യം പറഞ്ഞത് തലൈവർ മറന്നേക്ക്.എന്നോട് വെറുപ്പ് തോന്നുകയും അരുത്. നിങ്ങൾക്കെല്ലാവർക്കും സമ്മതമാണെങ്കി ൽ പ്രീതയെ

എനിക്ക് വിവാഹം ചെയ്യാൻ ആഗ്രഹമുണ്ട്. വലിയ സാമ്പത്തികം ഒന്നും ഇല്ലെങ്കിലും ഒരു പെൺകുട്ടിയെ നോക്കാനുള്ള വക ഞാൻ സമ്പാദിക്കുന്നു ണ്ട്. "

പ്രസാദ് അല്പസമയം താഴോട്ട് നോക്കി നിന്നു അതിനു ശേഷം കുട്ടപ്പായിയോട് പറഞ്ഞു.

" ഇതിൽ എന്റെ അഭിപ്രായമല്ലല്ലോ വലുത് അവൾക്കും അമ്മയ്ക്കും സമ്മതമാണെങ്കിൽ എനിക്ക് ഇതിൽ ഒരു എതിർ അഭിപ്രായമില്ല."

അവൻ ചോദിച്ചതിൽ തനിക്ക് ഒരു തെറ്റും തോന്നിയില്ല. പ്രീതയ്ക്കും അമ്മയ്ക്കും സമ്മതമാണെങ്കിൽ തനിക്കു നൂറ് വട്ടം സമ്മതം. അത്യാവശ്യം സാമ്പത്തിക ഭദ്രത കുട്ടപ്പായിക്ക് ഉണ്ട്. അദ്ധ്വാനിക്കാനുള്ള ഒരു മനസ്സും അവനിലുണ്ട്. വേണമെങ്കിൽ മുതലാളിയോട് പറഞ്ഞ് തോട്ടത്തിൽ തന്നെ അവന് എന്തെങ്കിലും ജോലി സംഘടിപ്പിച്ചു കൊടുക്കുകയുമാവാം.

കുത്തഴിഞ്ഞ ജീവിതം ഉണ്ട് എന്നത് ഒരു പോരായ്മയായ് തോന്നാൻ വയ്യാ. വിവാഹി തനായാൽ സ്വാഭാവികമായി അതൊക്കെ മാറും.സഹാനുഭൂതിയാണ് അവനിലെ ഏറ്റവും വലിയ ആകർഷണീയത. ചുറ്റുമുള്ളവരോട് അല്പം കാരുണ്യം കാണിക്കുന്നതിൽ പോലും മനുഷ്യർ മടിക്കുന്ന കാലഘട്ടമാണിന്ന്. എന്തിനും കൂടെ ഇറങ്ങി പുറപ്പെടുന്ന കുട്ടപ്പായി,എനിക്ക് വയ്യാ എന്ന പല്ലവി അവന്റെ വായിൽ നിന്നും ഒരിക്കലും കേട്ടിരുന്നില്ല.നല്ലൊരു മനുഷ്യൻ എന്നതിലു പരി മറ്റൊന്നിനും താൻ മൂല്യം കൽപ്പിക്കുന്നില്ല. താൻ ജാതിയിലും മതത്തിലും അതീനനല്ല.നല്ലൊരു മനുഷ്യസ്നേഹിക്ക് മാത്രമേ അവന്റെ ചുറ്റുമുള്ളവരുടെ വേദനയിൽ പങ്കു ചേരുവാൻ സാധിക്കുകയുള്ളൂ എന്ന് വിശ്വസിക്കുന്ന കൂട്ടത്തിലാണ് താൻ .ഇതിൽ തന്റെ അനിയത്തിയുടെ ഇഷ്ട്ടവും പ്രധാനമാണ്. അവളോട് കാര്യങ്ങൾ അവ തരിപ്പിച്ച് അവൾക്ക് താല്പര്യമുണ്ടെങ്കിൽ തീരുമാനിക്കാം

ജീവിതം സ്വച്ഛമായി ഇങ്ങനെ ഒഴുകുന്നു. ഞങ്ങളുടെ അനുരാഗവല്ലരിയിൽ പൂവിട്ടു. ആമി ഗർഭിണിയായിരിക്കുന്നു. അവൾക്ക് മൂന്ന് മാസം തികഞ്ഞ ആ സമയം അപ്രതീക്ഷിതമായി നാടിനെ നടുക്കിയ ഒരു സംഭവം ഉണ്ടായി.

18

പതിനെട്ട്

രാവിലെ തോട്ടത്തിൽ നിന്നും പുഷ്പചേച്ചി പ്രാതൽ കഴിക്കാൻ വീട്ടിലേക്ക് മടങ്ങി വന്ന സമയം രജനി അവളുടെ മുറിയിൽ മരിച്ചു കിടക്കുന്നു.അവളെ ആരോ കൊലപ്പെടുത്തിയിരിക്കുന്നു. അന്വേഷണ ചുമതല ഡിവൈഎസ്പി ഭദ്രൻ ഏറ്റെടുത്തു. എസ് ഐ സന്തോഷ്, കോൺസ്റ്റബിൾമാരായ പ്രദീപും വിക്രമൻ നായരും ഫോറൻസിക് വിദഗ്ധരും കൈ അടയാള വിദഗ്ധരും എത്തി. മരണം നടന്ന വീടും സാഹചര്യങ്ങളും പരിശോധിച്ചു.പെട്ടെന്നു പ്രതിയിലേക്ക് എത്തുവാൻ പറ്റിയ ഒരു തെളിവും പ്രത്യക്ഷത്തിൽ അവർക്ക് ലഭിച്ചില്ല.പോലീസ് നടപടിക്രമങ്ങൾക്ക് ശേഷം ബോഡി പോസ്റ്റ്മോർട്ടത്തിനയച്ചു.

ഡിവൈഎസ്പി ഭദ്രന്റെ മുറിയിൽ എസ്ഐ സന്തോഷും കോൺസ്റ്റബിൾമാരായ പ്രദീപും വിക്രമൻനായരും സന്നിഹിതരായിരുന്നു.

" അപ്പോൾ എന്തെങ്കിലും ലീഡ് കിട്ടിയോ മിസ്റ്റർ സന്തോഷ് " ഡിവൈഎസ്പി ഭദ്രൻ എസ്ഐ സന്തോഷിനോട് ആരാഞ്ഞു.

"സാർ ആരാണ് എന്നതിനുള്ള ഒരു തെളിവും പ്രത്യക്ഷത്തിൽ ലഭിച്ചിട്ടില്ല."

" സന്തോഷ് ഏതു കേസിലും നമുക്ക് വേണ്ട എന്തെങ്കിലും തെളിവുകൾ ദൈവം ഇട്ടു തരും അത് കണ്ടെത്തുന്നതിലാണ് നമ്മുടെ മിടുക്ക്. അന്ന് നടന്ന കാര്യങ്ങൾ താനൊന്ന് വിശദീകരിയ്ക്കൂ."

"സാർ അന്ന് പത്തരയ്ക്ക് ആ പെണ്ണിന്റെ അമ്മ വീട്ടിലേക്ക് വന്നതിനു ശേഷം ആണ് ബോഡി കാണുന്നത്. അവർ ആ തോട്ടത്തിൽ തന്നെ ജോലി ചെയ്യുന്ന ഒരു സ്ത്രീയാണ്. ആ സമയം ആ സ്ത്രീ വീട്ടിൽ വന്നു പ്രാതൽ കഴിക്കുന്നൊരു പതിവുണ്ട്. ടീ ബ്രേക്ക് സമയമാണത്. അവരോടൊപ്പം ആ തോട്ടത്തിൽ ജോലി ചെയ്യുന്ന മറ്റൊരു സ്ത്രീ കൂടി വരാറുണ്ട്. ഇവരുടെ വീടിന്റെ അല്പം അകലെ താമസിക്കുന്ന സ്ത്രീ ആണ്. മരിച്ച പെൺകുട്ടിയുടെ അമ്മ വീട്ടിൽ കടന്നു മുറിയിൽ നോക്കുമ്പോൾ ബോഡി കണ്ടു അലറിവിളിച്ചു. അത് കേട്ട് അവരോടൊപ്പം വന്ന ആ സ്ത്രീ അവരുടെ വീട്ടിലേക്ക് ഓടി വന്ന് അവരും ബോഡി ക ണ്ടു. ആ സ്ത്രീയാണ് അതിനു ശേഷം ബംഗ്ലാവിൽ പോയി, ആ പെണ്ണിന്റെ അച്ഛനെയും മാനേജർ പയ്യനെയും ആ പെണ്ണ് മരിച്ചു കിടക്കുന്ന കാര്യം അറിയിച്ചത്...സാർ "

ഡി.വൈ.എസ്. പി ഭദ്രൻ പറഞ്ഞു

"ഫോറൻസിക് സർജൻ ഡോക്ടർ രാജശേഖരപ്പിള്ളയുടെ പ്രാഥമിക നിരീ kക്ഷണ പ്രകാരം ഏകദേശം രാവിലെ പത്ത് മണിക്കാണ് കൊലപാതകം നടന്നിരിക്കുന്നത്. പത്തേ നാല്പത്തഞ്ചിനാണ് ബോഡി അവളുടെ അമ്മ കാണുന്നത്. അതായത് നാല്പത്തഞ്ചു മിനുട്ടുകൾക്ക് ശേഷം. അദ്ദേഹത്തിന്റെ ഫൈൻഡിങ്സ് പ്രകാരം തലയിയ്ക്ക് പിന്നിൽ ഏറ്റമുറിവാണ് മരണ കാരണം. തലയോടിനേറ്റ പൊട്ടൽ. ബോഡിയിലെവിടെയും കാര്യമായ മറ്റു പരിക്കുകൾ ഒന്നും തന്നെയില്ല. തല കട്ടിൽ കാലിന്റെ ഷാർപ്പ് എഡ്ജിൽ ഇടിപ്പിച്ചത് ആകാനാണ് സാധ്യത. കാരണം കട്ടിലിന്റെ കാലിനടുത്താണ് മൃതദേഹം കിടന്നിരുന്നത്. ബ്ലഡ്ഡിന്റെയും തലമുടിയുടെയും പ്രസ്സന്റ്സ് ആ കട്ടിലിന്റെ കാലിൽ നിന്നും അദ്ദേഹം ശേഖരിച്ചിട്ടുണ്ട് "

"സാർ, ആരെങ്കിലും ചെയ്തതാണെങ്കിൽ ആ ഫൈൻഡിങ്സ്ൽ ഏങ്ങനെ എത്തും നമ്മൾ."എസ്ഐ സന്തോഷ് ചോദിച്ചു.

"അത് കണ്ടെത്തുന്നതിലാണല്ലോ നമ്മുടെ മിടുക്ക് മിസ്റ്റർ സന്തോഷ്..."

"പോസ്റ്റുമോർട്ടം റിപ്പോർട്ടു വന്നോ "

"ഇല്ല സാർ...."

ഭദ്രൻ തല തിരിച്ചു കോൺസ്റ്റബിൾമാരോട് പറഞ്ഞു "നിങ്ങൾ രണ്ടുപേരും തോട്ടത്തിലും ആ കവലയിലും പരിസര പ്രദേശങ്ങളിലും പോയി കൊലപാതകം നടന്ന ദിവസങ്ങളിൽ പുറത്ത് നിന്നും ആരെങ്കിലും പുതിയതായി വന്നോ..ആ വീടിന്റെ പരിസരങ്ങളിൽ ആ ദിവസങ്ങളിൽ ആരെയെങ്കിലും കണ്ടോ എന്നും അന്വേഷിക്കണം.ഒന്നും വിട്ടുകളയരുത്.. എല്ലാവരെയും പറ്റി വിശദമായി ഒരന്വേഷണം നടത്തണം. ആരെയും വെറുതെ വിടണ്ട. ഓരോ ഇഴയും കീറി പരിശോധിക്കണം.വരട്ടെ കൂടുതൽ എന്നിട്ട് നോക്കാം"

"ഓക്കേ പോകാം സാർ" വിക്രമൻ നായർ അറ്റെൻഷനായി നിന്ന് കൊണ്ട് പറഞ്ഞു.

"തോട്ടം തൊഴിലാളികളായ ചുമട്ടുകാരെയും അവിടെ ചുറ്റിപ്പറ്റി നിൽക്കുന്ന ഒരു ഡ്രൈവർ ഉണ്ട് അയാളെ ചോദ്യം ചെയ്തോ. അവരുടെയൊക്കെ മൊഴികൾ രേഖപ്പെടുത്തിയോ. "

"അതെ സാർ. സാർ പറഞ്ഞതനുസരിച്ചു കൊലപാതകം നടന്ന ദിവസം അവരെയൊക്കെ കണ്ടു മൊഴി ഞാൻ രേഖപ്പെടുത്തിയിരുന്നു "

"ആ ഡ്രൈവർ പുറത്ത് നിന്നും ആരെങ്കിലും വന്നതായി മൊഴി നൽകിയോ. കാരണം ഒരു പ്രദേശത്തു പുതുതായി കടന്നു വരുന്നവരെ ഏറ്റവും കൂടുതൽ ശ്രദ്ധിക്കാൻ സാധ്യത ബസ് കണ്ടക്ടർമാരും ആ നാട്ടിലെ ജീപ്പ്,ഓട്ടോഡ്രൈവർമാർ, അല്ലെ ചായക്കടക്കാർ അങ്ങനെയുള്ള സാധാരണക്കാരാണ്. അങ്ങനെ പുറത്ത് നിന്നും ആരെങ്കിലും വന്ന് ചെയ്തതാണെങ്കിൽ ഇത് ഒരു നാട്ടിൻപ്രദേശം ആയത്കൊണ്ട് ഇവരുടെ ആരുടേയും കണ്ണിൽ പ്പെടാതിരിക്കുവാൻ ചാൻസ് കുറവാണ്."

"സാർ അത് ചോദിച്ചില്ല "

എനിക്ക് അവനെ ഒന്ന് കാണണം അവനോട് ഒന്ന് വരാൻ പറ.ആ മാനേജർ പയ്യനും, അവന്റെ ഒരു വിശ്വസ്ഥൻ ഇല്ലേ. ആ തമിഴൻ ചെറുക്കൻ മൂന്നു പേരോടും ഉച്ചയ്ക്ക് ശേഷം എന്നെ വന്ന് കാണാൻ പറ.തോട്ടം തൊഴിലാളികൾക്കിടയിൽ നിന്നുമുള്ള അന്വേഷണത്തിൽ എനിക്ക് മനസ്സിലായത് ആ മാനേജർ പയ്യന് ആ വീടുമായി നല്ല ബന്ധമുണ്ടെന്നതാണ്. എന്റെ മകളുടെ ബർത്ത്ഡേയാണ് ഇന്ന് .ഉച്ചയ്ക്ക് ശേഷം വീട്ടിൽ മുഖം കാണിച്ചി ല്ലേൽ സ്വൈര്യം തരില്ല. ഇന്ന്

പിടിപ്പത് പണിയുള്ള ദിവസമാണ് സന്തോഷ്.ഓക്കേ ...കള്ളൻ കപ്പലിൽ തന്നെയുണ്ടെടോ. നമു ക്ക് നോക്കാം" ഡിവൈഎസ്പി മേശപ്പുറത്ത് നിന്നും വണ്ടിയുടെ കീയെടു ത്ത് മുറിയുടെ ഹാഫ്ഡോർ തുറന്ന് പുറ ത്തേക്ക് പോയി.

നാലഞ്ച് നാളുകൾക്ക് ശേഷം.... കൃഷ്ണന്റെ വീട്ടിലും പരിസരങ്ങളിലും നിറയെ ആളുകൾ കൂടിയിരിക്കുന്നു. തോട്ടത്തിലെ തൊഴിലാളികൾ മിക്കവരും അവിടെ ഉണ്ടായിരുന്നു. രജനിയുടെ കൊലയാളിയെ പോലീസ് അറസ്റ്റ് ചെയ്തിരിക്കുന്നു.പ്രതിയെ തെളിവെടുപ്പിന് വേണ്ടി വീട്ടിലേക്ക് കൊണ്ടുവന്നിരിക്കുന്നു. അക്ഷരാർത്ഥത്തിൽ അവിടെ കൂടിയിരുന്നവർ ഒന്നാകെ ഞെട്ടിപ്പോയി. രജനിയുടെ ഘാതകൻ സ്വന്തം അച്ഛൻ. പലർക്കും വിശ്വസിക്കാൻ കഴിഞ്ഞില്ല. സ്വന്തം മകളെ ഒരച്ഛന് എങ്ങനെ കൊലപ്പെടുത്തുവാൻ കഴിഞ്ഞു.അതിന് കാരണമായ സാഹചര്യം. എല്ലാവരും പരസ്പരം മുഖത്തോട്മുഖം നോക്കി.അതും കൃഷ്ണൻചേട്ടനെ പോലെയുള്ള ഒരു വ്യക്തിക്ക് ഇതെങ്ങനെ ചെയ്യാൻ കഴിഞ്ഞെന്നു പലർക്കും വിശ്വസിക്കാൻ കഴിഞ്ഞില്ല. ഇനി പോലീസിന് വല്ല അബദ്ധവും സംഭവിച്ചതാണോ..? വ്യക്തമായ തെളിവില്ലാതെ അങ്ങനെ ആരെയും പ്രതിയാക്കുന്ന ആളല്ല ഭദ്രൻ സാർ. അദ്ദേഹം ഒരു കറതീർന്ന പോലീസ് ഉദ്യോഗസ്ഥനാണെന്ന് ആ നാട്ടിലെ ഒരുവിധം പേർക്കൊക്കെ അറിയാം. പ്രതിയെ കൈയ്യാമം വച്ച് മുറ്റത്തേക്ക് കൊണ്ടുവന്നു ഡിവൈഎസ്പി ഭദ്രൻ പറഞ്ഞു. " ഉം പറയെടാ ജനങ്ങൾ ഒക്കെ ഒന്ന് അറിയട്ടെ."

"സാർ ഞാൻ..." അയാൾ അർദ്ധോക്തിയിൽ നിറുത്തി.

"തെളിച്ചു പറയെടാ" അയാൾ ആക്രോശിച്ചു.

അയാൾ മെല്ലെ പറഞ്ഞു തുടങ്ങി ...

"അമ്മയുടെയും മകളുടെയും സംസാരത്തിനിടയിൽ അവിചാരിതമായി എന്റെ മകൾ ഗർഭിണിയാണെന്ന സത്യം ഞാൻ മനസ്സിലാക്കിയിരുന്നു.അവർ രണ്ടു പേരും എന്നിൽ നിന്നും ആ കാര്യം മറച്ചുവച്ചിരുന്നു. ഈ കാര്യം മനസ്സിലാക്കിയ അന്ന് ഞാൻ രാത്രി ഉറങ്ങിയിരുന്നില്ല. ഈ കാര്യം വെളിയിൽ അറിഞ്ഞാൽ ആളുകളുടെ ഇടയിൽ എന്റെയും കുടുംബത്തിന്റെയും മാന്യത ഒരു ചീട്ടു കൊട്ടാരം

പോലെ തകർന്നു വീഴുമെന്ന് ഞാൻ ഭയന്നിരുന്നു. അവൾ മരണപ്പെട്ട അന്ന് രാവിലെ തോട്ടത്തിൽ നിന്നും ജോലി കഴിഞ്ഞു രാവിലെ ഞാൻ വീട്ടിലേക്ക് വന്നു. അവളുടെ റൂമിൽ പോയി ഞാൻ ഈ കാര്യം അവളോട് സംസാരിച്ചു.ആരാണീ കൊലച്ച തി ചെയ്തതെന്നറിയാൻ. ആളാരാണെന്ന് എനിക്കറിയാമെങ്കിലും അവളുടെ നാവിൽ നിന്നും അതിനുള്ള ഉത്തരം എനിക്ക് അറിയണമായിരുന്നു. എത്ര ചോദിച്ചിട്ടും അവൾ പറയാൻ കൂട്ടാക്കിയില്ല സാറെ. ഒടുവിൽ ദേഷ്യം കയറിയ ഞാൻ അവളോട് ഒന്നും രണ്ടും പറഞ്ഞ് വഴക്കായി. നിയന്ത്രണം വിട്ട ഞാൻ അതിനിടയ്ക്ക് എന്റെ മകളെ പിടിച്ചു തല്ലി. വേച്ചു പോയ അവൾ തലയുടെ പിൻഭാഗം കട്ടിലിന്റെ കാലിൽ ചെന്നിടിച്ചു തലപൊട്ടി രക്തം ഒഴുകി.എന്റെ മകൾ നിശ്ചലയാകുന്നത് നോക്കി നിൽക്കാനേ എനിക്ക് കഴിഞ്ഞുള്ളൂ. ഞാൻ ആകെ തളർന്നു പോയിരുന്നു. ഒന്ന് ഉറക്കെ നിലവിളിക്കാൻ പോലും എനിക്ക് കഴിഞ്ഞിരുന്നില്ല. ഭയത്താൽ ഏതാനും നിമിഷങ്ങൾ അർദ്ധപ്രജ്ഞനായിരുന്ന ഞാൻ,സ്ഥലകാലബോധം വീണ്ടെടുത്തപ്പോൾ അവിടെ നിന്നും ഓടിപ്പോവുകയാണുണ്ടായത് സാറേ. ദൈവത്തിന്റെ കോടതിയിൽ ഒരിക്കലും മാപ്പ് അർഹിക്കാത്ത തെറ്റ് ആണ് ഞാൻ ചെയ്തത്. അന്ന് വരെ ഒരു വാക്ക് കൊണ്ട് പോലും ഞാൻ എന്റെ മകളെ വേദനിപ്പിച്ചിട്ടില്ല സാറെ. ദേഷ്യം കൊണ്ട് എനിക്ക് കണ്ണ് കാണാൻ വയ്യാത്ത അവസ്ഥയായി.എന്റെ മകളെ അപ്പോഴത്തെ ദേഷ്യത്തിനു പിടിച്ചു തല്ലിയത് ഒരല്പം കടന്നകൈ ആയിപ്പോയി സാറേ... ഈ കൈകൾ കൊണ്ട് ഞാനെന്റെ കുഞ്ഞിനെ .....അറിഞ്ഞു കൊണ്ടല്ലെങ്കിലും. അത് സംഭവിച്ചു പോയി..സാറേ "

അയാൾ പൊട്ടിക്കരഞ്ഞു കൊണ്ട് തറയിലേക്ക് വീണു.

അന്ന് വൈകുന്നേരം എസ് പി ഓഫീസിൽ ഡിവൈഎസ്പി ഭദ്രനും എസ്ഐ സന്തോഷും തമ്മിലുള്ള കൂടിക്കാഴ്ചയ്ക്കിടയിൽ സന്തോഷ് ചോദിച്ചു "സാർ.... ഈ പ്രതിയിലേക്ക് സാർ എങ്ങനെ എത്തി. "

ഡിവൈഎസ്പി പാന്റിന്റെ കീശയിൽ നിന്നും സിഗരറ്റ്പായ്ക്കറ്റ് എടുത്തു അതിൽ നിന്നും ഒരു സിഗരറ്റ് തന്റെ ചുണ്ടിൽ വച്ച് കത്തിച്ച് ഒരു പുകവിട്ടു ,ഒരു പുഞ്ചിരിയോടെ പറഞ്ഞു.

"മിസ്റ്റർ സന്തോഷ് ഇതു ഒരു സിമ്പിൾ കേസ് അല്ലെ. പ്രതി ഈ കൂട്ടത്തിൽത്തന്നെ ഉണ്ടെന്നു പ്രാഥമിക അന്വേഷണത്തിൽ തന്നെ എനിക്ക് മനസ്സിലായി. താൻ പ്രൊബേഷണറി പീരിയഡ് ആണല്ലോ.മിക്ക കേസുകളിലും സാഹചര്യത്തെളിവുകൾ ചില അന്വേഷണഉദ്യോഗസ്ഥന്മാർ അതികം ഗൗനിക്കാറില്ല. ഞാൻ ഓരോ ഇഴയും കീറി പരിശോധിക്കും. എന്തിന് ഏറെ പറയുന്നു ഒരു തീപ്പെട്ടിക്കോലുപോലും ചിലപ്പോൾ ഒരു പ്രതിയിലേക്ക് വിരൽ ചൂണ്ടുന്ന ഒരു ഘടകമായി മാറാം. ഇത് എന്റെ ഗുരുവും റിട്ടേർഡ് എസ്പിയുമായ പ്രേമചന്ദ്രൻ സാറിൽ നിന്നും എനിക്ക് കിട്ടിയ ഗുണങ്ങളിൽ ചിലതാണ്. ചില കേസുകളിൽ പ്രതിയിൽ നിന്ന് തന്നെ നമുക്ക് ചില സൂചനകൾ ലഭിച്ചേക്കാം. നമ്മുടെ കണ്ണും കാതും തുറന്നു പിടിച്ചിരുന്നാൽ മതി. എത്ര ചോദിച്ചാലും വിദഗ്ദമായി ഒഴിഞ്ഞു മാറുന്നവന്മാരും ഉണ്ട്. അത് വേറെ കാര്യം.നമ്മുടെ പ്രായോഗിക ബുദ്ധി വച്ച് നെല്ലും പതിരും തിരിച്ചറിയാൻ നമുക്ക് കഴിയണം. പോസ്റ്റ്മോർട്ടം റിപ്പോർട്ട് കിട്ടിയതിനു ശേഷം ഞാൻ ഫോറൻസിക് സർജൻ ശ്രീ ഡോ. രാജശേഖരപ്പിള്ളയെ പോയി കണ്ടു സംസാരിച്ചു.അദ്ദേഹത്തിന്റെ നിഗമനത്തി ൽ തലയ്ക്ക് പിൻഭാഗത്ത് ഏറ്റക്ഷതം കാരണം ബോധരഹിതയായ ആ പെൺകുട്ടിക്ക് നാൽപ്പത്തഞ്ച് മിനിട്ടുകൾക്ക് ശേഷമാണ് രക്തം വാർന്ന് മരണം സംഭവിച്ചിരിക്കുന്നത്. പെട്ടെന്ന് തലയിടിച്ചപ്പോൾ ബോ ധരഹിതയായ പെൺകുട്ടി മരിച്ചു എന്ന് തെറ്റിദ്ധരിച്ചതാവാം അയാൾ. കട്ടിലിൽ തലയിടിച്ചു വീണ മകളെയും രക്തവും എല്ലാം കണ്ടപ്പോൾ ആ സമയം അയാൾ നന്നായി ഭയന്നു പോയിരിക്കണം. മനുഷ്യന്മാരുടെ ഓരോ അവസ്ഥ. ആ സമയത്തിനുള്ളിൽ ഒരു പക്ഷേ ആ പെൺകുട്ടിക്ക് മെഡിക്കൽ കെയർ കിട്ടിയിരുന്നെങ്കിൽ ഒരു പക്ഷേ ജീവിതത്തിലേക്ക് തിരിച്ചു വന്നേനെ. തികച്ചും ദൗർഭാഗ്യകരം. ദൈവം എല്ലാം തീരുമാനിക്കുന്നു. റൂമിൽ പിടിവലി നടന്ന ലക്ഷണങ്ങൾ ഒന്നും തന്നെ ഉണ്ടായിരുന്നില്ല .അതായത് റൂമിൽ ഉണ്ടായിരുന്ന പ്രോപ്പർട്ടികൾ ഒന്നും തന്നെ സ്ഥാനം തെറ്റിയിരുന്നില്ല.അത് കൊണ്ട് തന്നെ ആ പെൺകുട്ടിക്ക് അറിയുന്ന ആരോ ആണ് ആ റൂമിൽ കയറിയത് എന്നത് വ്യക്തം. പ്രധാനപ്പെട്ട വസ്തുത മോഷണശ്രമം അ ങ്ങനെയുള്ള കാര്യങ്ങൾ ഒന്നും തന്നെ നട ന്നിട്ടും ഇല്ല. നമ്മൾ ആ റൂം

പരിശോധിച്ചിരുന്നതായിരുന്നല്ലോ. റൂമിൽ നിന്നും കൊല്ലപ്പെട്ട പെൺകുട്ടിയുടെയും അച്ഛന്റെ യും അമ്മയുടെയും കൈവിരലടയാളം മാത്രമേ നമുക്ക് കിട്ടിയിരുന്നുള്ളൂ. ഒരു നാലാമന്റെ പ്രസന്റ്സ് ആ റൂമിൽ ഉണ്ടായിരുന്നില്ലെന്നർത്ഥം. അയാളെ ചോ ദ്യം ചെയ്തതിൽ പരസ്പരവിരുദ്ധമായ ഉത്തരങ്ങൾ എന്നിൽ സംശയം ജനിപ്പിച്ചു. കൂടാതെ അയാൾ നന്നായി ഭയചകി തനുമായിരുന്നു. മരണം നടന്ന സമയം ആദ്യം അയാൾ തോട്ടത്തിലായിരുന്നു എന്നാണ് എന്നോട് പറഞ്ഞിരുന്നത്. അവിടെയുള്ള ജീപ്പ് ഡ്രൈവർ അയാൾ വീട്ടിൽ തന്നെ ഉണ്ടായിരുന്നു എന്ന മൊഴിയായിരുന്നു തന്നിരുന്നത്. അതിനു ശേഷം ആ പെൺകുട്ടി ബോധരഹിതയായി കിടന്നിരുന്ന സമയമായിരിക്കണം അയാൾ തോട്ടത്തിലേക്ക് ഓടി പോയത്.രാവിലെ ഒരു ഒൻപതെമുപ്പത്തിന് ഡ്രൈവർ തോട്ടത്തിലേക്ക് വണ്ടിയും കൊണ്ട് പോകുമ്പോൾ തോട്ടത്തിൽ നിന്നും അയാൾ മടങ്ങി വരുന്നത് കണ്ടിരുന്നു. കൊലപാതകം നടന്ന ദിവസം മൊഴിയെടുക്കുമ്പോൾ അയാളുടെ കൈ നഖങ്ങളിൽ തവിട്ടു നിറം ഞാൻ ശ്രദ്ധിച്ചിരുന്നു. അയാളുടെ നഖത്തി നിടയിൽ നിന്നും സ്വാബ് എടുത്ത് പരിശോധിച്ചപ്പോൾ അതിൽ രക്തത്തിന്റെ സാന്നിധ്യം കണ്ടെത്തിയിരുന്നു. മകൾ തലയിടിച്ചു മറിഞ്ഞു വീണപ്പോൾ പകച്ചു പോയ അയാൾ മകളെ വാരി എടുത്തിരിക്കാം. ആ സമയം കൈനഖങ്ങൾക്കിടയിൽ രക്തം പുരണ്ടതാവാം. അയാൾ കൺഫെഷനിലെത്താതെ പിടിച്ചു നിൽക്കാൻ ഒരു പാട് പണിപ്പെട്ടു. ഒടുവിൽ തനിക്ക് ഇനി രക്ഷയില്ലെന്ന് സ്വയം തോന്നിയതിനാൽ കുറ്റസമ്മതം നടത്തുകയാണുണ്ടായത്.ഒരു കൈപ്പിഴ ഏത് മനുഷ്യനും സംഭവിക്കാം. പക്ഷേ ജീവിതം എന്തെന്നറിയാത്ത ആ പെൺകുട്ടിയുടെ മരണത്തിനു കാരണക്കാരായവരെ നിയമത്തിനു മുൻപിൽ കൊണ്ട് വരികയാണല്ലോ നമ്മുടെ ലക്ഷ്യം. അവിടെ മനുഷ്യത്വത്തിന് സ്ഥാനമില്ല."

ഡിവൈഎസ്പി സന്തോഷിന്റെ പുറത്ത് തട്ടിക്കൊണ്ടു വീണ്ടും പറഞ്ഞു. "ആ മാനേജർ പയ്യന്റെ വിവാഹം കഴിഞ്ഞിട്ട് മൂന്നോ നാലോ മാസം മാത്രമേ ആയിരുന്നുള്ളൂ . എന്ത് ചെയ്യും. ഈ സംഭവം അയാളെയും ഈ കേസിൽ കുടുക്കി. അറിയാതെ അയാളും ഇതിൽ പ്രതിയാണ്. എന്നാൽ മാത്രമേ ഈ കേസ് കോടതിയിൽ നിൽക്കൂ.

കാരണം ആ പെൺകുട്ടി അഞ്ചു മാസം ഗർഭിണിയായിരുന്നല്ലോ. ചിലപ്പോൾ നമ്മൾ അറിയാതെ പലതിലും ഭാഗഭാക്കായേക്കാം. ദൈവം തീരുമാനിക്കുന്നത് പോലെയല്ലെ നടക്കൂ"

"സാർ അയാളല്ലേ, ആ മാനേജർ പയ്യന് അമിതമായ സ്വാതന്ത്ര്യം തന്റെ വീട്ടിൽ കൊടുത്തത് "

"അത് ശരി തന്നെ. അയാൾ മനസ് കൊണ്ട് അവനെ തന്റെ മരുമകനായി കണ്ടിരുന്നു എന്ന് തോന്നുന്നു.അയാളുടെ കണ്ണിൽ നല്ല സൗന്ദര്യവും സൗമ്യനും വിദ്യാഭ്യാസമുള്ളവനുമായ പയ്യൻ. അത് കൊണ്ടായിരിക്കണം അവർ തമ്മിലുള്ള ബന്ധം വളരുന്നെങ്കിൽ വളരട്ടെ എന്ന് കരുതി അതിനുള്ള സാഹചര്യം അയാൾ ഒരുക്കി കൊടുത്തത് .അയാളുടെ എല്ലാ കണക്കുകൂട്ടലുകളും ആ ചെറുക്കന്റെ വിവാഹമാണ് താറുമാറാക്കിയത്. അയാൾ വിചാരിച്ച വഴിക്ക് കാര്യങ്ങൾ നടന്നില്ല."

പെട്ടെന്ന് ഓഫീസ് ടെലിഫോൺ റിങ് ചെയ്തു.

ഡിവൈഎസ്പി റെസീവർ എടുത്ത് ചെവിയിൽ വച്ചു. " .....ഓക്കേ സാർ ഇപ്പോൾ തന്നെ അറ്റൻഡ് ചെയ്യാം.. "

ഡിവൈഎസ്പി മേശപ്പുറത്ത് നിന്നും ക്യാപ്പ് എടുത്തു സന്തോഷിനോട് പറഞ്ഞു

" ഗെറ്റ് റെഡി...ഐ ജി യാണ്..ഒരു കേസ് റിപ്പോർട്ട് ചെയ്തിരിക്കുന്നു.പ്രദീപിനോട് ജീപ്പിറക്കാൻ പറ "

" സാർ "

"തലയില്ലാത്ത മൃതശരീരം അടുത്തുള്ള ഒരു കുളത്തിൽ. ഒരു സ്ത്രീയുടേതാണ്. "

www.ingramcontent.com/pod-product-compliance
Lightning Source LLC
LaVergne TN
LVHW060136051026
849517LV00007B/2492
* 9 7 9 8 8 8 9 8 6 6 4 6 6 *